Bes matreiðslub ... ríl baka

Lyftu upplifun þína fyrir leik með 100
ljúffengum uppskriftum og vinningsráðum

Oskar Sigurðsson

EFNISYFIRLIT

KYNNING

Verið velkomin í bestu matreiðslubókina fyrir bakhlið! Þessi matreiðslubók er allt-í-einn leiðarvísir þinn til að ná tökum á listinni að baka matargerð og breyta samkomum þínum fyrir leikinn í ógleymanlegar veislur. Hvort sem þú ert reyndur halarófi eða nýliði sem vill taka þátt í spennunni, vertu tilbúinn til að taka leikdagsupplifun þína á nýtt stig.

Í þessari matreiðslubók höfum við safnað saman safni ánægjulegra uppskrifta sem munu ýta undir andann og fullnægja bragðlaukanum. Allt frá klassískum þægindamat eins og safaríkum hamborgurum og fingursleikjandi vængi til skapandi útúrsnúninga á uppáhaldi leikdaga, við tökum á þér. Búðu þig undir að töfra aðra aðdáendur þína með ljúffengum réttum sem auðvelt er að búa til, flytja og njóta á bílastæðinu á leikvanginum.

En þessi matreiðslubók fjallar ekki bara um uppskriftir. Við munum einnig deila vinningsráðum og brellum til að setja upp hið fullkomna skottpartý, allt frá nauðsynlegum búnaði og skipulagshöggum til leikdagastarfsemi sem mun skemmta öllum. Hvort sem þú ert að fara á fótboltaleik, tónleika eða hvaða viðburði sem er, þá er markmið okkar að gera upplifun þína fyrir leikinn eftirminnilega, ljúffenga og fulla af félagsskap.

Vertu tilbúinn til að búa til vinningsútbreiðslu sem mun

gera þig að MVP hvers flokks afturhlera. Láttu leikina byrja!

1. Grillaðir kjúklingavængir

Hráefni:

- 2 pund kjúklingavængir
- 1/2 bolli BBQ sósa
- 1/4 bolli hunang
- 1/4 bolli sojasósa
- 2 hvítlauksrif, söxuð
- 1 tsk malað engifer
- Salt og pipar eftir smekk

Leiðbeiningar:

a) Þeytið saman BBQ sósu, hunang, sojasósu, hvítlauk, engifer, salt og pipar í lítilli skál.

b) Setjið kjúklingavængina í stóran plastpoka sem hægt er að loka aftur og hellið marineringunni yfir þá. Lokaðu pokanum og kastaðu til að húða vængina.

c) Marinerið í ísskáp í að minnsta kosti 2 klukkustundir, eða yfir nótt til að ná sem bestum árangri.

d) Forhitið grillið í meðalháan hita. Fjarlægðu vængi af marineringunni og fargaðu afganginum af marineringunni.

e) Grillið vængina í um 15-20 mínútur, snúið öðru hvoru, þar til þeir eru eldaðir í gegn og stökkir.

f) Berið fram heitt með uppáhalds dýfingarsósunni þinni.

2. Buffalo kjúklingadýfa

Hráefni:

- 2 bollar rifinn eldaður kjúklingur
- 8 oz rjómaostur, mildaður
- 1/2 bolli heit sósa
- 1/2 bolli búgarðsdressing
- 1 bolli rifinn cheddar ostur
- 1/4 bolli gráðostur mola (valfrjálst)
- Tortilla flögur eða sellerístangir, til framreiðslu

Leiðbeiningar:

a) Forhitið ofninn í 350°F.
b) Blandið saman rifnum kjúklingi, rjómaosti, heitri sósu og búgarðsdressingu í stórri blöndunarskál. Hrærið þar til það hefur blandast vel saman.
c) Dreifið blöndunni í 9 tommu eldfast mót og stráið rifnum cheddarosti og gráðostamola yfir (ef það er notað).
d) Bakið í 20-25 mínútur, eða þar til það er heitt og freyðandi.
e) Berið fram heitt með tortillaflögum eða sellerístöngum.

3. Jalapeño Poppers

Hráefni:

- 12 jalapeño paprikur, helmingaðar langsum og fræhreinsaðar
- 8 oz rjómaostur, mildaður
- 1/2 bolli rifinn cheddar ostur
- 1/4 bolli rifinn parmesanostur
- 1/4 tsk hvítlauksduft
- 1/4 tsk laukduft
- Salt og pipar eftir smekk
- 12 sneiðar beikon, helmingaðar

Leiðbeiningar:

a) Forhitið ofninn í 400°F.

b) Blandið saman rjómaosti, cheddarosti, parmesanosti, hvítlauksdufti, laukdufti, salti og pipar í blöndunarskál. Blandið þar til það hefur blandast vel saman.

c) Hellið ostablöndunni jafnt í jalapeño helmingana.

d) Vefjið hvern jalapeño helming með beikonsneið og festið með tannstöngli.

e) Setjið jalapeño poppers á bökunarplötu og bakið í 20-25 mínútur, eða þar til beikonið er stökkt og fyllingin heit og freyðandi.

f) Berið fram heitt.

4. Basísk Baba Ganoush

Skammtar: 4
Undirbúningstími: 30 mínútur

HRÁEFNI :

- 1 Stórt eggaldin
- Handfylli af steinselju
- 1-2 hvítlauksrif
- Safi úr 2 sítrónum
- 2 matskeiðar af tahini
- Salt & svartur pipar eftir smekk

LEIÐBEININGAR :

a) Hitið grillið í meðalhátt og eldið eggaldin í heilu lagi í um hálftíma.
b) Skerið í það og skafið innan úr með skeið og setjið síðan holdið í sigti.
c) Blandið þar til slétt.

5. Hummus af kúrbít og kjúklingabauna

Skammtar: 4
Undirbúningstími: 30 mínútur

HRÁEFNI :

- 1 dós af kjúklingabaunum, tæmd og skoluð
- 1 hvítlauksgeiri, saxaður
- 1 grænn kúrbít, saxaður
- Handfylli saxað steinselja
- Handfylli söxuð basilíka
- Himalaja eða sjávarsalt
- Nýmalaður svartur pipar
- 4 matskeiðar ólífuolía
- Kreista af ferskum sítrónusafa

LEIÐBEININGAR :

a) Blandið öllu saman.

6. Lemony kjúklingabaunir og Tahini hummus

Skammtar: 2
Undirbúningstími: 10 mínútur

HRÁEFNI :

- Sítrónusafi úr 1/2 sítrónu
- 1 dós þurrkaðar kjúklingabaunir, lagðar í bleyti
- 1 hvítlauksgeiri
- 1 matskeið af tahini
- 1 matskeið af ólífuolíu

LEIÐBEININGAR :

a) Blandið öllu þar til slétt.

7. Hummus af hvítlauknum kjúklingabauna

Skammtar: 2
Undirbúningstími: 10 mínútur

HRÁEFNI :
- 2 hvítlauksgeirar
- 1 dós af kjúklingabaunum
- 1 matskeið af Tahini
- Sítrónusafi úr 1 sítrónu
- 1 matskeið ólífuolía

LEIÐBEININGAR :
a) Blandið öllu hráefninu saman í blöndunarskál.

8. Krydduð graskers- og rjómaostadýfa

Heildartími til undirbúnings: 5 mínútur
Skammtar: 4 til 6 skammtar

HRÁEFNI

- 8 aura rjómaostur
- 15 aura ósykrað niðursoðið grasker
- 1 tsk kanill
- 1/4 tsk kryddjurt
- 1/4 tsk múskat
- 10 pekanhnetur, malaðar

LEIÐBEININGAR

a) Þeytið rjómaostinn og niðursoðna graskerið saman í hrærivél þar til það verður rjómakennt.

b) Hrærið kanil, kryddjurtum, múskati og pekanhnetum saman við þar til það hefur blandast vel saman. Áður en borið er fram skaltu kæla í eina klukkustund í kæli.

NÆRING: Kaloríur 227| Fita 19g (mettuð 4g) | Kólesteról 0mg| Natríum 275mg| Kolvetni 12g| Matar trefjar 6g| Prótein 4g.

9. Rjómaostur og hunangsdýfa

Heildartími til undirbúnings: 5 mínútur
Skammtar: 2 skammtar

HRÁEFNI
a) 2 aura rjómaostur
b) 2 matskeiðar hunang
c) 1/4 bolli kreistur appelsínusafi
d) 1/2 tsk malaður kanill

LEIÐBEININGAR
a) Blandið öllu þar til slétt.

NÆRING: Kaloríur 160| Fita 8g (mettuð 2g) | Kólesteról 0mg| Natríum 136mg | Kolvetni 22g| Matar trefjar 0g| Prótein 1g.

10. <u>Garlicky Alkaline Guacamole</u>

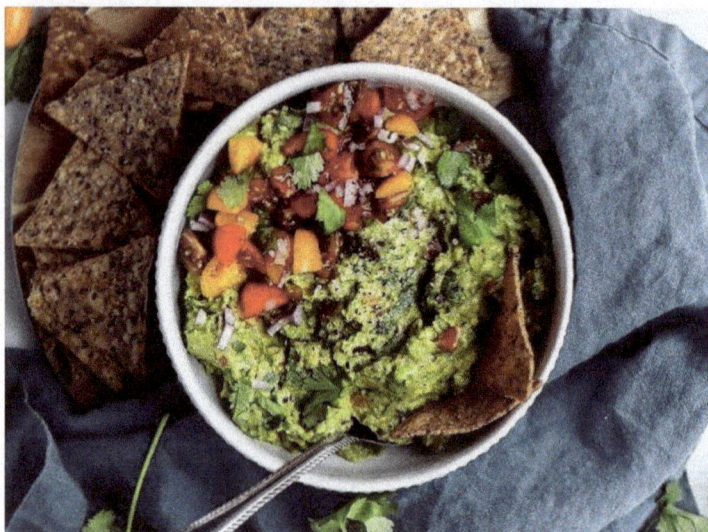

Heildartími til undirbúnings: 10 mínútur
Skammtar: 6 skammtar

HRÁEFNI

- 2 avókadó, skorin niður
- 1 tómatur, fræhreinsaður og smátt saxaður
- 1/2 msk ferskur lime safi
- 1/2 lítill gulur laukur, smátt saxaður
- 2 hvítlauksrif, pressuð
- 1/4 tsk sjávarsalt
- Dapur af pipar
- Hakkað ferskt kóríander lauf

LEIÐBEININGAR

a) Notaðu kartöflustöppu til að stappa avókadóið í lítilli skál.

b) Berið fram strax eftir að auka innihaldsefnum hefur verið blandað í maukað avókadó.

NÆRING: Kaloríur 97| Fita 8g (mettuð 2g) | Kólesteról 0mg| Natríum 97mg| Kolvetni 6g| Matar trefjar 5g| Prótein 1g.

11. Basískt Jalapeño salsa

Heildartími til undirbúnings: 10 mínútur

Skammtar: 4 skammtar

HRÁEFNI

- 4 meðalstórir tómatar, skrældir og skornir í teninga
- 1/4 bolli saxaður rauðlaukur
- Jalapeño pipar, fræhreinsaður og smátt saxaður
- 1 msk kaldpressuð ólífuolía
- 1 tsk sjávarsalt
- 1 tsk kúmen
- 1 tsk hakkaður hvítlaukur
- Fersk steinselja

LEIÐBEININGAR

a) Blandið öllu hráefninu saman.

NÆRING: Kaloríur 73| Fita 4g (mettuð 1g) | Kólesteról 0mg| Natríum 582mg| Kolvetni 9g| Matar trefjar 1g| Prótein 1g.

12.   <u>Kavíar hjartakossar</u>

Hráefni:

- 1 Agúrka, skrúbbuð og snyrt
- 1/3 bolli sýrður rjómi
- 1 ts Þurrkað dill illgresi
- Nýmalaður svartur pipar eftir smekk
- 1 krukka rauðlaxkavíar
- Ferskir dillgreinar
- 8 þunnar sneiðar heilhveitibrauð
- Smjör eða smjörlíki

Leiðbeiningar:

a) Skerið gúrku í 1/4 tommu umferðir.

b) Blandið saman sýrðum rjóma, þurrkuðu dilli og pipar í lítilli skál. Setjið eina teskeið af sýrða rjómablöndunni á hverja gúrkusneið. Skreytið hvern með um það bil 1/2 tsk kavíar og dillkvisti.

c) Skerið brauðsneiðar með hjartalaga kökuformi. Ristað brauð og smjör. Setjið gúrkusneiðar í miðju disksins og umkringdu með ristuðu brauðhjörtum.

13.   Burrito bítur

Hráefni:

- 1 dós Tómatar í hægeldunum
- 1 bolli Augnablik hrísgrjón
- ⅓ bolli Vatn
- 1 græn paprika, skorin í teninga
- 2 Grænir laukar, sneiddir
- 2 bollar Rifinn cheddar ostur, skipt
- 1 dós Refried baunir í Ranch Style (16 oz)
- 10 hveiti tortillur (6-7")
- 1 bolli Salsa

Leiðbeiningar:

a) Forhitið ofninn í 350'F. Sprautaðu 9x12" eldfast mót með PAM; settu til hliðar.

b) Í meðalstórum potti, sameina hrísgrjón og vatn; hita að suðu.

c) Lækkið hitann, lokið á og látið malla í 1 mínútu. Takið af hitanum og látið standa í 5 mínútur eða þar til allur vökvi hefur frásogast. Hrærið pipar, lauk og 1 bolla osti saman við.

d) Dreifið um það bil 3 msk baunum yfir hverja tortillu að innan við $\frac{1}{8}$" frá brúninni. Leggið hrísgrjónablöndu yfir baunir; rúllið upp. Setjið saumhliðina niður í tilbúið eldfast mót; hyljið með álpappír.

e) Bakið í forhituðum ofni í 25 mínútur eða þar til það er heitt. Skerið tortillur í 4 bita og setjið á fat. Toppið með salsa og osti . Toppið með salsa og osti. Settu aftur í ofninn og bakaðu í 5 mínútur eða þar til osturinn bráðnar.

14. Kjúklingahnetubitar

Hráefni:

- 1 bolli Kjúklingasoð
- ½ bolli Smjör
- 1 bolli Hveiti
- 1 matskeið Steinselja
- 2 teskeiðar Kryddað salt
- 2 teskeiðar Worcestershire sósu
- 34 teskeiðar Sellerí fræ
- ½ teskeið Paprika
- ⅛ teskeið Cayenne
- 4 stór egg
- 2 kjúklingabringur, soðnar, roðnar
- ¼ bolli Ristar möndlur

Leiðbeiningar:

15. Hitið ofninn í 400 gráður. Blandið saman soði og smjöri á þungri pönnu og látið suðuna koma upp. Þeytið hveiti og kryddi út í.

16. Eldið, þeytið hratt, þar til blandan fer af hliðum pönnu og myndar slétta, þétta kúlu. Takið af hitanum. Bætið eggjum við einu í einu, þeytið vel þar til blandan er glansandi. Hrærið kjúklingi og möndlum saman við.

17. Setjið ávölar teskeiðar á smurðar bökunarplötur. Bakið í 15 mínútur. Frystið eftir bakstur.

15. Buffalo kjúklingfingur

Hráefni:

- 2 bollar möndlumjöl
- 1 tsk salt
- 1 tsk svartur pipar
- 1 tsk þurrkuð steinselja
- 2 stór egg
- 2 matskeiðar fullfeiti niðursoðin kókosmjólk
- 2 punda kjúklingalundir
- 1 1/2 bollar Frank 's Red-hot Buffalo sósa

Leiðbeiningar:

a) Forhitið ofninn í 350°F.

b) Blandið saman möndlumjöli, salti, pipar og steinselju í meðalstórri skál og setjið til hliðar.

c) Þeytið egg og kókosmjólk saman í sér meðalstórri skál.

d) Dýfið hverri kjúklingablöndu í eggjablöndu og hjúpið síðan alveg með möndlumjölsblöndu. Raðið húðuðum efnum í einu lagi á bökunarplötu.

e) Bakið í 30 mínútur, snúið einu sinni á meðan á eldun stendur. Takið úr ofninum og látið kólna í 5 mínútur.

f) Setjið kjúklingabitana í stóra skál og bætið við buffalósósu. Kasta til að húða alveg.

16.   Kjötbrauðsmuffins

Hráefni:

- 1 pund nautahakk
- 1 bolli saxað spínat
- 1 stórt egg, létt þeytt
- 1/2 bolli rifinn mozzarellaostur
- 1/4 bolli rifinn parmesanostur
- 1/4 bolli saxaður gulur laukur
- 2 matskeiðar fræhreinsaður og saxaður jalapeño pipar

Leiðbeiningar:

a) Forhitið ofninn í 350°F. Smyrjið létt hverja holu í muffinsformi.

b) Blandið öllu hráefninu saman í stóra skál og notið hendurnar til að blanda saman.

c) Skelltu jöfnum skammti af kjötblöndu í hvert muffinsform og þrýstu létt niður. Bakið í 45 mínútur eða þar til innra hitastigið nær 165°F.

17. Beikon avókadóbita

Hráefni:

- 2 stór avókadó, afhýdd og skorin
- 8 sneiðar beikon án sykurs
- 1/2 ₜₛₖ hvítlaukssalt _

Leiðbeiningar:

a) Forhitið ofninn í 425°F. Klæðið kökuplötu með smjörpappír.

b) Skerið hvert avókadó í 8 jafnstórar sneiðar, sem gerir 16 sneiðar alls.

c) Skerið hvert beikonstykki í tvennt. Vefjið hálfri beikonsneið utan um hvert avókadóstykki. Stráið hvítlaukssalti yfir.

d) Settu avókadó á kökuplötu og bakaðu í 15 mínútur. Kveiktu á ofninum og haltu áfram að elda í 2–3 mínútur í viðbót þar til beikonið verður stökkt.

18.   <u>Pizzabitar</u>

Hráefni:

- 24 sneiðar sykurlaus pepperoni
- 1/2 bolli _{marinara} sósa
- 1/2 _{bolli} rifinn mozzarellaostur

Leiðbeiningar:

A) KVEIKTU Á GRILLKÖKUOFNI.

B) KLÆÐIÐ BÖKUNARPLÖTU MEÐ BÖKUNARPAPPÍR OG LEGGIÐ PEPPERONI SNEIÐAR Í EINU LAGI.

C) SETJIÐ 1 TSK MARINARA SÓSU Á HVERJA PEPPERONI SNEIÐ OG DREIFIÐ ÚT MEÐ SKEIÐ. BÆTIÐ 1 TSK MOZZARELLA OSTI OFAN Á MARINARA.

D) SETJIÐ BÖKUNARPLÖTU Í OFNINN OG STEIKIÐ Í 3 MÍNÚTUR EÐA ÞAR TIL OSTURINN ER BRÁÐINN OG AÐEINS BRÚNN.

E) TAKIÐ AF BÖKUNARPLÖTUNNI OG SETJIÐ YFIR Á PAPPÍRSKLÆDDA OFNPLÖTU TIL AÐ DRAGA Í SIG UMFRAM FITU.

19.   Beikon- og kálbitar

Hráefni:

- 1/3 bolli möndlumjöl _
- 1 matskeið ósaltað smjör, brætt
- 1 (8 aura) pakki rjómaostur, mildaður að stofuhita
- 1 msk beikonfeiti
- 1 stórt egg
- 4 sneiðar beikon án sykurs, soðið, kælt og mulið í bita
- 1 stór grænn laukur, aðeins toppar, þunnar sneiðar
- 1 hvítlauksgeiri, saxaður
- 1/8 tsk svartur pipar

Leiðbeiningar:

A) FORHITIÐ OFNINN Í 325°F.

B) BLANDIÐ SAMAN MÖNDLUMJÖLI OG SMJÖRI Í LÍTILLI BLÖNDUNARSKÁL.

C) KLÆÐIÐ 6 BOLLA AF MUFFINSFORMI Í VENJULEGRI STÆRÐ MEÐ BOLLAKÖKUFÓÐRI. SKIPTIÐ MÖNDLUMJÖLSBLÖNDUNNI JAFNT Á MILLI BOLLA OG ÞRÝSTIÐ VARLEGA Í BOTNINN MEÐ BAKINU Á TESKEIÐ. BAKIÐ Í OFNI Í 10 MÍNÚTUR, FJARLÆGÐU SÍÐAN.

D) Á MEÐAN SKORPAN ER AÐ BAKAST SKALTU BLANDA RJÓMAOSTI OG BEIKONFEITI VANDLEGA SAMAN Í MEÐALSTÓRRI BLÖNDUNARSKÁL MEÐ HANDÞEYTARA. BÆTIÐ EGGI SAMAN VIÐ OG BLANDIÐ ÞAR TIL ÞAÐ HEFUR BLANDAST SAMAN.

E) BRJÓTIÐ BEIKON, LAUK, HVÍTLAUK OG PIPAR SAMAN VIÐ RJÓMAOSTBLÖNDUNA MEÐ SPAÐA.

F) SKIPTIÐ BLÖNDUNNI Í BOLLA, SETJIÐ AFTUR Í OFNINN OG BAKIÐ Í 30-35 MÍNÚTUR Í VIÐBÓT ÞAR TIL OSTURINN HEFUR STÍFNAÐ. BRÚNIR GETA VERIÐ ÖRLÍTIÐ BRÚNAÐIR. TIL AÐ PRÓFA TILBÚINN SKALTU STINGA TANNSTÖNGLI Í MIÐJUNA. EF ÞAÐ KEMUR HREINT ÚT ER OSTAKAKAN TILBÚIN.

G) LÁTIÐ KÓLNA Í 5 MÍNÚTUR OG BERIÐ FRAM.

20.   **Beikonvafðir kjúklingabitar**

Hráefni:

- 3/4 punda beinlaus, roðlaus kjúklingabringa, skorin í 1" teninga
- 1/2 tsk salt _
- 1/2 tsk svartur pipar
- 5 sneiðar beikon án sykurs

Leiðbeiningar:

A) FORHITIÐ OFNINN Í 375°F.

B) KASTA KJÚKLINGI MEÐ SALTI OG PIPAR.

C) SKERIÐ HVERJA BEIKONSNEIÐ Í 3 BITA OG VEFJIÐ HVERN KJÚKLINGABITA INN Í BEIKONSTYKKI. FESTIÐ MEÐ TANNSTÖNGLI.

D) SETJIÐ INNPAKKANN KJÚKLING Á GRILLGRIND OG BAKIÐ Í 30 MÍNÚTUR, SNÚIÐ VIÐ ÞEGAR HANN ER HÁLFNAÐUR. KVEIKTU Á OFNINUM OG STEIKTU Í 3-4 MÍNÚTUR EÐA ÞAR TIL BEIKONIÐ ER STÖKKT.

21.   Beikon-ostrubitar

Hráefni:

- 8 SNEIÐAR BEIKON
- ½ BOLLI HERBED KRYDDAÐ FYLLING
- 1 DÓS (5-OZ) OSTRUR; HAKKAÐ
- ¼ BOLLI VATN

Leiðbeiningar:

A) HITIÐ OFNINN Í 350Ø. SKERIÐ BEIKONSNEIÐAR Í TVENNT OG ELDIÐ AÐEINS. EKKI OFELKA.

B) BEIKON VERÐUR AÐ VERA NÓGU MJÚKT TIL AÐ RÚLLA AUÐVELDLEGA Í KRINGUM KÚLUR. BLANDIÐ SAMAN FYLLINGU, OSTRUM OG VATNI.

C) RÚLLIÐ Í HÆFILEGA STÓRAR KÚLUR, UM ÞAÐ BIL 16.

D) VEFJIÐ KÚLUR INN Í BEIKON. BAKIÐ VIÐ 350Ø Í 25 MÍNÚTUR. BERIÐ FRAM HEITT.

22. Buffalo blómkálsbitar

Hráefni:

- 1 bolli möndlumjöl
- 1 tsk kornaður hvítlaukur
- 1/2 tsk þurrkuð steinselja
- 1/2 tsk salt _
- 1 stórt egg
- 1 stórt blómkálshaus, skorið í hæfilega stóra blómkál
- 1/2 bolli Frank's Red-hot sósa
- 1/4 bolli ghee _

Leiðbeiningar:

A) FORHITIÐ OFNINN Í 400°F. KLÆÐIÐ BÖKUNARPLÖTU MEÐ BÖKUNARPAPPÍR.

B) BLANDIÐ SAMAN MÖNDLUMJÖLI, HVÍTLAUK, STEINSELJU OG SALTI Í STÓRUM INNSIGANLEGAN PLASTPOKA OG HRISTIÐ TIL AÐ BLANDA SAMAN.

C) ÞEYTIÐ EGG Í STÓRRI SKÁL. BÆTIÐ BLÓMKÁLI ÚT Í OG BLANDIÐ TIL AÐ HJÚPA ALVEG.

D) FLYTTU BLÓMKÁLINU YFIR Í POKA FYLLTAN AF MÖNDLUMJÖLSBLÖNDU OG BLANDAÐU ÞVÍ YFIR.

E) RAÐIÐ BLÓMKÁLINU Í EINU LAGI Á OFNPLÖTU OG BAKIÐ Í 30 MÍNÚTUR EÐA ÞAR TIL ÞAÐ ER MJÚKT OG AÐEINS BRÚNAÐ.

F) Á MEÐAN BLÓMKÁL ER AÐ BAKAST, BLANDAÐU HEITRI SÓSU OG GHEE SAMAN Í LITLUM POTTI VIÐ LÁGAN HITA.

G) ÞEGAR BLÓMKÁLIÐ ER SOÐIÐ, BLANDIÐ BLÓMKÁLINU SAMAN VIÐ HEITA SÓSUBLÖNDUNA Í STÓRA HRÆRIVÉLARSKÁL OG HRÆRIÐ SAMAN.

23.   <u>**Súkkulaði Chili Mini Churros**</u>

Hráefni:

- 1 bolli vatn
- 1/2 bolli kókosolía eða vegan smjör
- 1 bolli hveiti
- 1/4 tsk salt
- 3 egg þeytt
- Kanill sykurblanda
- 1/2 bolli sykur1 matskeið kanill

Leiðbeiningar:

a) Forhitið ofninn í 400. Blandið vatni, kókosolíu/smjöri og salti saman í pott og látið suðuna koma upp.

b) Hrærið hveiti út í og hrærið hratt þar til blandan verður að kúlu.

c) Hrærið eggjunum rólega saman við smá í einu og hrærið stöðugt til að tryggja að eggin hrærist ekki.

d) Leyfðu deiginu að kólna örlítið og færðu síðan yfir í sprautupokann þinn.

e) Pípaðu 3 tommu langar churros í raðir á smurðu bökunarplötunni þinni.

f) Bakið í ofni í 10 mínútur við 400 gráður og steikið síðan á háum hita í 1-2 mínútur þar til churrosin þín eru gullinbrún.

g) Á meðan blandarðu saman kanil og sykri í lítið fat.

h) Þegar churros eru út úr ofninum, veltið þeim inn í kanil og sykurblönduna þar til þær eru fullhúðaðar. Setja til hliðar.

24.   <u>Bouillabaisse bitar</u>

Hráefni:

- 24 miðlungs rækjur -- afhýddar og
- Deveined
- 24 miðlungs sjávar hörpuskel
- 2 bollar tómatsósa
- 1 dós Hakkað samloka (6-1/2 oz)
- 1 matskeið Pernod
- 20 millilítrar
- 1 lárviðarlauf
- 1 tsk Basil
- ½ tsk Salt
- ½ tsk Nýmalaður pipar
- Hvítlaukur - saxaður
- Saffran

Leiðbeiningar:

a) Spjótið rækjur og hörpuskel á 8 tommu bambus teini, notið 1 rækju og 1 hörpuskel á teini; vefja hala af rækju utan um hörpuskel.

b) Blandið tómatsósu, samlokum, Pernod, hvítlauk, lárviðarlaufi, basil, salti, pipar og saffran saman í pott. Látið suðuna koma upp.

c) Raðið steiktum fiski í grunnt eldfast mót.

d) Dreypið sósu yfir teini. Bakið, án loks, við 350 gráður í 25 mínútur. Gerir 24

25. Blómkálsbollar

Hráefni:

- 1 1/2 bollar blómkálsgrjón __
- 1/4 bolli hægeldaður laukur
- 1/2 bolli rifinn pepper jack ostur
- 1/2 tsk þurrkað oregano
- 1/2 tsk þurrkuð basil
- 1/2 tsk salt __
- 1 stórt egg, létt þeytt

Leiðbeiningar:

a) Forhitið ofninn í 350°F.

b) Blandið öllu hráefninu saman í stóra blöndunarskál og hrærið til að blandast saman við.

c) Skellið blöndunni í holurnar á litlu muffinsformi og pakkið létt.

d) Bakið í 30 mínútur eða þar til bollarnir byrja að verða stökkir. Látið kólna aðeins og takið úr forminu.

26.   <u>Mac og ostabollar</u>

Hráefni:

- 8 oz olnboga makkarónur
- 2 msk saltað smjör
- 1/4 tsk paprika (notaðu reykta papriku ef þú átt hana)
- 2 msk hveiti
- 1/2 bolli nýmjólk
- 8 oz skarpur cheddar ostur rifinn
- saxaður graslaukur eða laukur til skrauts
- smjör til að smyrja pönnuna

Leiðbeiningar:

a) Smyrjið non-stick: mini muffinsform mjög vel með smjöri eða non-stick: eldunarsprey. Forhitaðu ofninn í 400 gráður F.

b) Látið suðu koma upp í potti með söltu vatni við háan hita, eldið síðan pastað í 2 mínútur skemur en á pakkningunni stendur.

c) Bræðið smjörið og bætið paprikunni út í. Bætið hveitinu út í og hrærið í blöndunni í 2 mínútur. Bætið mjólkinni út í á meðan þeytt er.

d) Takið pottinn af hellunni og bætið ostunum og tæmdu pastanu saman við, hrærið öllu saman þar til osturinn og sósan er vel dreift.

e) Skerið mac og ost í muffinsbollana, annaðhvort með skeið eða 3-msk kexskeið.

f) Bakið mac and cheese bollana í 15 mínútur, þar til þær eru freyðandi og klístraðar.

27. Bologna quiche bollar

Hráefni:

- 12 sneiðar bologna
- 2 egg
- $\frac{1}{2}$ bolli kexblöndu
- $\frac{1}{2}$ bolli rifinn skarpur ostur
- $\frac{1}{4}$ bolli sætt súrum gúrkum
- 1 bolli Mjólk

Leiðbeiningar:

e) Setjið bologna sneiðar í létt smurðar muffinsform til að mynda bolla.

f) Blandið saman restinni af hráefnunum. Hellið í bologna bolla.

g) Bakið við (400F) í 20-25 mínútur eða þar til gullið.

28. **Muffins prosciutto bolli**

Hráefni:

- 1 sneið prosciutto (um 1/2 aura)
- 1 meðalstór eggjarauða
- 3 matskeiðar skorinn Brie
- 2 matskeiðar skorinn mozzarella ostur
- 3 matskeiðar rifinn parmesanostur

Leiðbeiningar:

a) Forhitið ofninn í 350°F. Taktu út muffinsform með holum sem eru um það bil 2 1/2 " breiðar og 1 1/2 " djúpar.

b) Brjótið prosciutto sneið í tvennt svo hún verði næstum ferningur. Setjið það í muffinsform vel til að klæða það alveg.

c) Setjið eggjarauða í prosciutto bolla.

d) Bætið ostum ofan á eggjarauðu varlega án þess að brjóta hana.

e) Bakið í um 12 mínútur þar til eggjarauðan er elduð og hlý en samt rennandi.

f) Látið kólna í 10 mínútur áður en það er tekið úr muffinsforminu.

29.   <u>Spíra bollar</u>

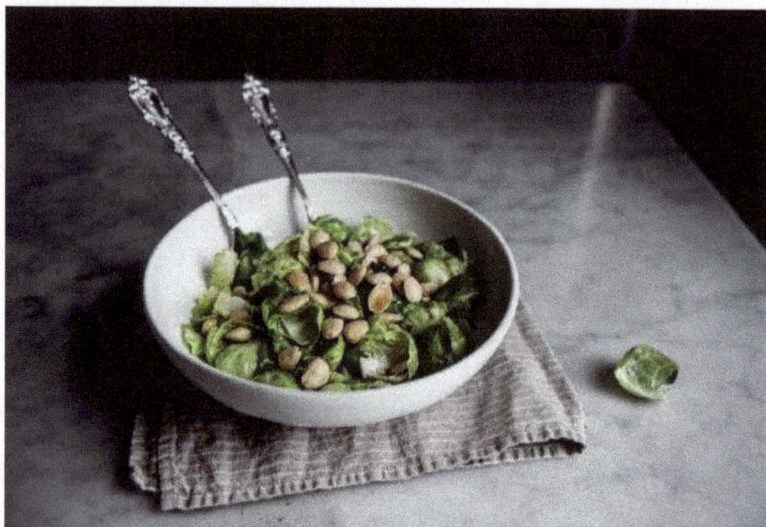

Hráefni:

- 12 miðlungs rósakál
- 6 aura Yukon Gold kartöflur
- 2 matskeiðar Léttmjólk
- 1 matskeið Ólífuolía
- $\frac{1}{8}$ teskeið Salt
- 2 aura Reyktur silungur, roðinn
- 1 Ristað rauð paprika, skorin í 2 tommu x 1/8 tommu ræmur

Leiðbeiningar:

a) Hitið ofninn í 350
b) Snyrtu stilkar, skera í tvennt eftir endilöngu, fjarlægðu kjarna og skildu eftir bolla af dökkgrænum laufum.
c) Gufu spíra bolla í 6 mínútur eða þar til þeir eru mjúkir þegar þeir eru stungnir í gegn með beittum hníf og eru enn skærgrænir.
d) Tæmið á hvolfi á pappírshandklæði. Eldið kartöflur þar til þær eru mjúkar, hellið af, bætið við mjólk, ólífuolíu og salti.
e) Peytið þar til slétt. Brjótið silunginn varlega inn. +$\frac{1}{4}$> skeið í skeljar og leggið piparstrimla ofan á.

30. Endive bollar

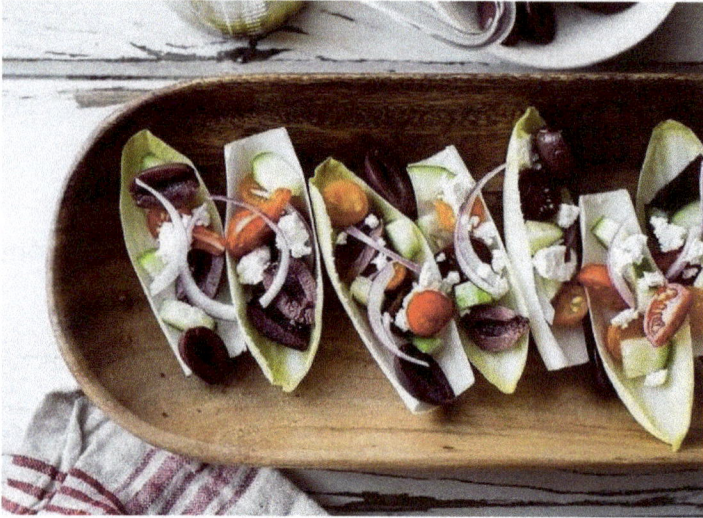

Hráefni:

- 1 stórt harðsoðið egg, afhýtt
- 2 matskeiðar niðursoðinn túnfiskur í ólífuolíu, tæmd
- 2 matskeiðar avókadó kvoða
- 1 tsk ferskur lime safi
- 1 matskeið majónesi
- 1/8 tsk sjávarsalt _
- 1/8 tsk svartur pipar
- 4 belgísk endívíblöð, þvegin og þurrkuð

Leiðbeiningar:

a) Í lítilli matvinnsluvél, blandið öllum hráefnum nema endíví saman þar til það hefur blandast vel saman.

b) Skelltu 1 matskeið túnfiskblöndu á hvern endífbolla.

31. <u>Taco bollar</u>

Hráefni:

- C hili duft , kúmen, paprika
- Salt , svartur pipar
- 1/4 tsk þurrkað oregano
- 1/4 tsk muldar rauðar piparflögur
- 1/4 tsk kornaður hvítlaukur
- 1/4 tsk kornaður laukur
- 1 pund 75% magurt nautahakk
- 8 (1 eyri) sneiðar skarpar Cheddar ostur
- 1/2 bolli salsa án sykurs
- 1/4 bolli hakkað kóríander
- 3 matskeiðar Frank's Red-hot sósa

Leiðbeiningar:

a) Forhitið ofninn í 375°F. Klæðið bökunarplötu með bökunarpappír.

b) Blandið saman kryddi í lítilli skál og hrærið til að blanda saman. Eldið nautahakk á meðalstórri pönnu við meðalháan hita. Þegar nautakjötið er næstum því eldað, bætið þá kryddblöndunni út í og hrærið til að það hjúpist alveg. Takið af hitanum og setjið til hliðar.

c) Raðið Cheddar ostsneiðum á bökunarplötu. Bakið í forhituðum ofni í 5 mínútur eða þar til það er farið að brúnast. Látið kólna í 3 mínútur og afhýðið síðan af bökunarplötunni og færið hverja sneið í brunninn á muffinsformi og myndið bolla. Látið kólna.

d) Skelltu jöfnu magni af kjöti í hvern bolla og toppaðu með 1 matskeið af salsa. Stráið kóríander og heitri sósu yfir.

32. Skinku 'n' cheddar bollar

Hráefni:

- 2 bollar Hveiti
- $\frac{1}{4}$ bolli Sykur
- 2 teskeiðar Lyftiduft
- 1 teskeið Salt
- $\frac{1}{4}$ teskeið Pipar
- 6 egg
- 1 bolli Mjólk
- $\frac{1}{2}$ pund Fullsoðin skinka; teningur
- $\frac{1}{2}$ pund Cheddar ostur; skorið í teninga eða rifið
- $\frac{1}{2}$ pund sneið beikon; soðið og mulið
- 1 lítið Laukur; smátt saxað

Leiðbeiningar:

a) Blandið saman hveiti, sykri, lyftidufti, salti og pipar í skál. Þeytið egg og mjólk; hrærið saman við þurrefnin þar til það hefur blandast vel saman. Hrærið skinku, osti, beikoni og lauk saman við.

b) Fylltu vel smurðar muffinsbollar um þrjá fjórðu.

c) Bakið við 350° í 45 mínútur . Kælið í 10 mínútur áður en það er sett á grind.

33. Kokteilveisla rækjur

Hráefni:

- 1 búnt af rauðlauk/shallotlaukur
- ½ stór búnt steinselja
- 2 dósir Heilir pimentos
- 2 stórir hvítlauksbelgir
- 3 Hlutar salatolíu í 1 hluta
- hvítt edik
- Salt
- Pipar
- Þurrt sinnep
- rauður pipar
- 5 pund Soðið skel hreinsað
- Rækjur eða afþíða frosnar

Leiðbeiningar:

a) Saxið grænmeti fínt í matvinnsluvél eða blandara. Bætið við olíu/edikblönduna. Blandið vel saman. Kryddið eftir smekk með öðru kryddi.

b) Hellið blöndunni yfir rækjuna, snúið nokkrum sinnum. Geymið í kæli í að minnsta kosti 24 klukkustundir, blandið öðru hverju. Tæmdu vökva til að bera fram. Berið fram með tannstönglum.

34.   <u>Kokteil kebab</u>

Hráefni:

- 8 stór Rækjur, soðnar
- 2 Grænir laukar, snyrtir
- $\frac{1}{2}$ rauð paprika, fræhreinsuð, skorin í þunnar strimla
- 8 litlar Þroskar eða grænar ólífur
- 1 b Hvítlauksrif, mulið
- 2 matskeiðar Sítrónusafi
- 2 matskeiðar Ólífuolía
- 1 teskeið Sykur
- 1 teskeið Grófmalað sinnep
- $\frac{1}{4}$ teskeið Rjómalöguð piparrót

Leiðbeiningar:

a) Fjarlægðu hausa og skeljar af rækjunni en skildu eftir á skottskeljum.

b) Devein rækjur með því að fjarlægja svarta mænu. Skerið hvern grænan lauk í 4 daisies. Setjið rækjur, grænan lauk, papriku og ólífur í skál.

c) Blandið saman hvítlauk, sítrónusafa, ólífuolíu, sykri, sinnepi og piparrót.

d) Hellið rækjublöndunni yfir, hyljið og látið marinerast í að minnsta kosti 2 klukkustundir, hrærið af og til. Fjarlægðu innihaldsefni úr marineringunni og þræðið jafnt á 8 tréstöngla. Tæmið á pappírshandklæði.

35.   <u>Kokteil vatnskastaníur</u>

Hráefni:

- 8½ aura dós af vatnskastaníuhnetum
- Sparaðu 1/2 bolla af vökva
- ½ bolli Edik
- 12 sneiðar beikon, helmingað
- ¼ bolli púðursykur
- ¼ bolli Catsup

Leiðbeiningar:

a) Marinerið kastaníuhnetur í vökva og ediki í 1 klst. Tæmdu.

b) Blandið púðursykri og catsup; dreifið svo á beikon. Veltið kastaníuhnetum upp úr beikoni. Festið með tannstönglum.

c) Steikið þar til beikonið er stökkt.

36.   Kokteilvínar

Hráefni:

- $\frac{3}{4}$ bolli Tilbúið sinnep
- 1 bolli Rifsberjahlaup
- 1 pund (8-10) frankfurter Vínarbúar

Leiðbeiningar:

a) Blandið sinnepi og rifsberjahlaupi saman í skál eða tvöfaldan katli.

b) Skerið frankfurter á ská í hæfilega bita. Bætið við sósu og hitið í gegn.

37.   Kokteil rúg-forréttur

Hráefni:

- 1 bolli majónesi
- 1 bolli Rifinn skarpur cheddar ostur
- $\frac{1}{2}$ bolli parmesan ostur
- 1 bolli Grænn laukur í sneiðar
- Kokteil rúgbrauðssneiðar

Leiðbeiningar:

a) Blandið saman majó, ostum og lauk. Settu um $1\frac{1}{2}$ msk (eða meira) á hverja brauðsneið.

b) Setjið á bökunarplötu og setjið undir grillið þar til það er freyðandi, fylgist með að þeir brenni ekki.

38. Beikon jalapeño kúlur

Hráefni:

- 5 sneiðar beikon án sykurs, soðið, fitu frátekið
- 1/4 bolli auk 2 matskeiðar (3 aura) rjómaostur
- 2 matskeiðar frátekin beikonfita
- 1 tsk fræhreinsaður og fínt saxaður jalapeño pipar
- 1 matskeið smátt saxað kóríander

Leiðbeiningar:

1. Á SKURÐBRETTI, SAXIÐ BEIKON Í LITLA MOLA.

2. Í LÍTILLI SKÁL, BLANDAÐU SAMAN RJÓMAOSTI, BEIKONFITU, JALAPEÑO OG KÓRÍANDER; BLANDIÐ VEL SAMAN MEÐ GAFFLI.

3. MYNDAÐU BLÖNDUNA Í 6 KÚLUR.

4. SETTU BEIKONMOLA Á MEÐALSTÓRAN DISK OG RÚLLAÐU EINSTÖKUM KÚLUM Í GEGN TIL AÐ HJÚPA JAFNT.

5. BERIÐ FRAM STRAX EÐA GEYMIÐ Í KÆLI Í ALLT AÐ 3 DAGA.

39. Avókadó prosciutto kúlur

Hráefni:

- 1/2 bolli _{macadamia} hnetur
- 1/2 _{stórt} avókadó , skrælt og grýtt (um 4 aura kvoða)
- 1 eyri soðinn prosciutto, mulinn
- 1/4 tsk _{svartur} pipar

Leiðbeiningar:

A) Í LÍTILLI MATVINNSLUVÉL, MULIÐ MACADAMIA HNETUR ÞAR TIL ÞÆR HAFA MOLNAÐ JAFNT OG ÞÉTT. SKIPTU Í TVENNT.

B) BLANDIÐ AVÓKADÓ, HELMINGI MACADAMIA HNETANNA, PROSCIUTTO MOLA OG PIPAR SAMAN Í LITLA SKÁL OG BLANDIÐ VEL SAMAN MEÐ GAFFLI.

C) MYNDAÐU BLÖNDUNA Í 6 KÚLUR.

D) SETJIÐ AFGANGINN AF MULDUM MACADAMIA HNETUM Á MEÐALSTÓRAN DISK OG RÚLLIÐ EINSTÖKUM KÚLUM Í GEGN TIL AÐ HJÚPA JAFNT.

E) BERIÐ FRAM STRAX.

40. _Grillkúlur_

Hráefni:

- 4 aura (1/2 bolli) rjómaostur
- 4 matskeiðar beikonfita
- 1/2 tsk reykbragð _
- 2 dropar stevia glýserít
- 1/8 tsk eplaedik _
- 1 msk sætreykt chiliduft

Leiðbeiningar:

A) VINNIÐ ALLT HRÁEFNI NEMA CHILIDUFT Í LÍTILLI MATVINNSLUVÉL ÞAR TIL ÞAÐ MYNDAST SLÉTT KREM, UM ÞAÐ BIL 30 SEKÚNDUR.

B) SKAFIÐ BLÖNDUNA OG SETJIÐ YFIR Í LITLA SKÁL OG GEYMIÐ SÍÐAN Í KÆLI Í 2 KLST.

C) MÓTIÐ 6 KÚLUR MEÐ SKEIÐ.

D) STRÁIÐ KÚLUNUM MEÐ CHILIDUFTI, VELTIÐ Í KRING TIL AÐ HÚÐA ALLAR HLIÐAR.

E) BERIÐ FRAM STRAX EÐA GEYMIÐ Í KÆLI Í ALLT AÐ 3 DAGA.

41.   Beikon hlynur pönnukökur

Hráefni:

- 5 sneiðar beikon án sykurs, soðið
- 4 aura (1/2 bolli) rjómaostur
- 1/2 tsk hlynbragð _
- 1/4 tsk salt _
- 3 matskeiðar muldar pekanhnetur

Leiðbeiningar:

A) Á SKURÐBRETTI, SAXIÐ BEIKON Í LITLA MOLA.

B) Í LÍTILLI SKÁL SKALTU SAMEINA RJÓMAOST OG BEIKONMOLA MEÐ HLYNBRAGÐI OG SALTI; BLANDIÐ VEL SAMAN MEÐ GAFFLI.

C) MYNDAÐU BLÖNDUNA Í 6 KÚLUR.

D) SETJIÐ MULDAR PEKANHNETUR Á MEÐALSTÓRAN DISK OG RÚLLIÐ EINSTÖKUM KÚLUM Í GEGN TIL AÐ HJÚPA JAFNT.

E) BERIÐ FRAM STRAX EÐA GEYMIÐ Í KÆLI Í ALLT AÐ 3 DAGA.

42.   Sunbutter kúlur

Hráefni:

- 6 matskeiðar mascarpone ostur
- 3 matskeiðar sólblómafræasmjör án sykurs
- 6 matskeiðar kókosolía, milduð
- 3 matskeiðar ósykraðar rifnar kókosflögur

Leiðbeiningar:

A) BLANDIÐ SAMAN MASCARPONEOSTI, SÓLBLÓMAFRÆJASMJÖRI OG KÓKOSOLÍU Í MEÐALSTÓRRI SKÁL ÞAR TIL SLÉTT DEIG MYNDAST.

B) MÓTAÐU LÍMA Í KÚLUR Á STÆRÐ VIÐ VALHNETUR. EF BLANDAN ER OF KLÍSTRUÐ SKALTU SETJA Í KÆLI 15 MÍNÚTUR ÁÐUR EN KÚLUR ERU MÓTAÐAR.

C) DREIFIÐ KÓKOSFLÖGUM Á MEÐALSTÓRAN DISK OG RÚLLIÐ EINSTÖKUM KÚLUM Í GEGN ÞANNIG AÐ ÞÆR VERÐI JAFNT YFIR.

43.   Brasilískir laukbitar

Hráefni:

- 1 lítið Laukur 1/4'd langsum
- 6 matskeiðar majónes
- Salt og pipar
- 6 brauðsneiðar -- skorpurnar fjarlægðar
- 3 matskeiðar parmesanostur -- rifinn

Leiðbeiningar:

a) Hitið ofninn í 350. Blandið lauknum saman við 5 msk af majónesi og salti og pipar eftir smekk. Setja til hliðar. Smyrjið 3 brauðsneiðum á aðra hliðina með afganginum af majónesi . Skerið þetta í fernt.

b) Skerið þær 3 brauðsneiðar sem eftir eru í fernt og dreifið hvern ferning jafnt með laukblöndunni. Toppið með fráteknu brauðferningunum, majónesi upp. Setjið þetta á bökunarplötu og stráið toppunum ríkulega yfir með parmesanosti.

c) Bakið þar til það er létt gullið og örlítið þykkt, um 15 mínútur. Berið fram strax.

44. <u>Pizza kúlur</u>

Hráefni:

- 1/4 bolli (2 aura) ferskur mozzarella ostur
- 2 aura (1/4 bolli) rjómaostur
- 1 matskeið ólífuolía
- 1 tsk tómatmauk
- 6 stórar kalamata ólífur, grófhreinsaðar
- 12 fersk basilíkublöð

Leiðbeiningar:

A) Í LÍTILLI MATVINNSLUVÉL, VINNIÐ ÖLL HRÁEFNI NEMA BASIL ÞAR TIL ÞAU MYNDA SLÉTT KREM, UM 30 SEKÚNDUR.

B) MYNDAÐU BLÖNDUNA Í 6 KÚLUR MEÐ SKEIÐ.

C) SETJIÐ 1 BASILÍKUBLAÐ OFAN OG NEÐST Á HVERJA KÚLU OG FESTIÐ MEÐ TANNSTÖNGLI.

D) BERIÐ FRAM STRAX EÐA GEYMIÐ Í KÆLI Í ALLT AÐ 3 DAGA.

45. Ólífu- og fetakúlur

Hráefni:

- 2 aura (1/4 bolli) rjómaostur
- 1/4 bolli (2 aura) fetaostur
- 12 stórar kalamata ólífur, skornar
- 1/8 tsk fínt saxað ferskt timjan
- 1/8 tsk ferskur sítrónubörkur

Leiðbeiningar:

a) Í lítilli matvinnsluvél er allt hráefni unnið þar til það myndast gróft deig, um 30 sekúndur.

b) Skafið blönduna og setjið yfir í litla skál og geymið síðan í kæli í 2 klst.

c) Mótið 6 kúlur með skeið.

d) Berið fram strax eða geymið í kæli í allt að 3 daga.

46.   <u>Brie heslihnetukúlur</u>

Hráefni:

- 1/2 bolli (4 aura) Brie
- 1/4 bolli ristaðar heslihnetur
- 1/8 tsk fínt saxað ferskt timjan

Leiðbeiningar:

a) Í lítilli matvinnsluvél er allt hráefni unnið þar til það myndast gróft deig, um 30 sekúndur.

b) Skafið blönduna, setjið í litla skál og kælið í 2 klukkustundir.

c) Mótið 6 kúlur með skeið.

d) Berið fram strax eða geymið í kæli í allt að 3 daga.

47.   <u>Karríaðar túnfiskkúlur</u>

Hráefni:

- 1/4 bolli auk 2 matskeiðar (3 aura) túnfiskur í olíu, tæmd
- 2 aura (1/4 bolli) _{rjómaostur}
- 1/4 tsk _{karrýduft} , skipt
- 2 matskeiðar muldar macadamia hnetur

Leiðbeiningar:

a) Í lítilli matvinnsluvél skaltu vinna túnfisk, rjómaost og helming af karrýduftinu þar til þau mynda slétt krem, um það bil 30 sekúndur.

b) Myndaðu blönduna í 6 kúlur.

c) Setjið mulið macadamíahnetur og afganginn af karrýduftinu á meðalstóran disk og rúllið einstökum kúlum í gegn til að hjúpa jafnt.

48.   Svínakjötssprengjur

Hráefni:

- 8 sneiðar beikon án sykurs
- 8 aura Braunschweiger við stofuhita
- 1/4 bolli saxaðar pistasíuhnetur
- 6 aura (3/4 bolli) rjómaostur, mildaður að stofuhita
- 1 tsk Dijon sinnep

Leiðbeiningar:

a) Eldið beikon á meðalstórri pönnu við meðalhita þar til það er stökkt, 5 mínútur á hlið. Tæmið á pappírsþurrku og látið kólna. Þegar það hefur kólnað, mulið í beikonstóra bita.

b) Setjið Braunschweiger með pistasíuhnetum í litla matvinnsluvél og blandið þar til það hefur blandast saman.

c) Notaðu handþeytara í lítilli blöndunarskál til að þeyta rjómaost og Dijon sinnep þar til það er blandað og loftkennt.

d) Skiptið kjötblöndunni í 12 jafna skammta. Rúllið í kúlur og hyljið þunnt lag af rjómaostablöndu.

e) Kældu að minnsta kosti 1 klst. Þegar þú ert tilbúinn til að bera fram skaltu setja beikonbita á meðalstóran disk, rúlla kúlum í gegn til að hjúpa jafnt og njóta.

f) Hægt er að geyma fitusprengjur í loftþéttum umbúðum í allt að 4 daga.

49. <u>Saltar karamellur og brie kúlur</u>

Hráefni:

- 1/2 bolli (4 aura) gróft hakkað Brie
- 1/4 bolli saltaðar macadamia hnetur
- 1/2 tsk karamellubragð _

Leiðbeiningar:

a) Í lítilli matvinnsluvél er allt hráefni unnið þar til það myndast gróft deig, um 30 sekúndur.

b) Myndaðu blönduna í 6 kúlur með skeið.

c) Berið fram strax eða geymið í kæli í allt að 3 daga.

50.   Kokteilboð kjötbollur

Hráefni:

- $\frac{1}{4}$ bolli Fitulaus kotasæla
- 2 eggjahvítur
- 2 teskeiðar Worcestershire sósu
- $\frac{1}{2}$ bolli Auk 2 matskeiðar venjulegt brauðrasp
- 8 aura malaðar kalkúnabringur
- 6 aura kalkúnapylsa; fjarlægð úr hlífum
- 2 matskeiðar Hakkaður laukur
- 2 matskeiðar Hakkað grœn paprika
- $\frac{1}{2}$ bolli Niðurskorin fersk steinselja og selleríblöð

Leiðbeiningar:

a) Sprautaðu kökuplötu með úða sem ekki festist á og settu til hliðar.

b) Hrærið saman kotasælunni, eggjahvítunum, Worcestershire sósunni og $\frac{1}{2}$ bolli af brauðmylsnu í stórri skál. Hrærið kalkúnabringunni, kalkúnapylsunni, lauknum og grœnu paprikunni saman við.

c) Mótaðu alifuglablönduna í 32 kjötbollur. Blandið steinseljunni, selleríblöðunum og 2 msk brauðmylsnu saman á blað af vaxpappír. Veltið kjötbollunum upp úr steinseljublöndunni þar til þær eru jafnhúðaðar.

d) Flyttu kjötbollurnar yfir á tilbúna kökuplötuna. Steikið 3 til 4 tommur frá hitanum í 10 til 12 mínútur .

51.   Koikteil ostakúlur

Hráefni:

- 8 aura ostur, mildaður
- $\frac{1}{4}$ bolli Venjuleg fitulaus jógúrt
- 4 aura rifið Cheddar ostur
- 4 aura rifinn fituskertur svissneskur ostur
- 2 teskeiðar Rifinn laukur
- 2 teskeiðar Tilbúin piparrót
- 1 teskeið Dijon sinnep í sveitastíl
- $\frac{1}{4}$ bolli Hakkað fersk steinselja

Leiðbeiningar:

a) Sameina ost og jógúrt í stórri blöndunarskál; þeytið á meðalhraða í rafmagnshrærivél þar til það er slétt. Bæta við cheddar osti og næstu 4 hráefni; hrærið vel. Lokið og kælið að minnsta kosti 1 klst.

b) Mótið ostablönduna í kúlu og stráið steinselju yfir. Þrýstið steinselju varlega í ostakúluna. Vefjið ostakúlunni inn í sterkan plastfilmu og kælið. Berið fram með ýmsum ósöltuðum kexum.

52.   Crudites með ánægju

Hráefni:

- 2 teskeiðar Ólífuolía
- 1 bolli Fínt saxaður laukur
- 1 matskeið Saxaður hvítlaukur
- 1 bolli Niðursoðnir niðursoðnir tómatar
- 1 teskeið Ferskur sítrónusafi
- $\frac{1}{4}$ bolli sólþurrkaðir tómatar
- $\frac{1}{4}$ bolli grófhreinsaðar grænar ólífur; (um 10)
- $\frac{1}{4}$ bolli (pakkað) fersk basilíkublöð
- 4 stór Tæmd þistilhjörtu úr dós
- 2 matskeiðar Hakkað fersk steinselja
- 2 matskeiðar ristaðar furuhnetur
- Fjölbreytt grænmeti

Leiðbeiningar:

a) Hitið olíu í miðlungs non-stick: pönnu yfir miðlungshita. Bætið lauknum út í og steikið þar til hann er rétt að byrja að mýkjast, um það bil 3 mínútur. Bæta við hvítlauk; steikið í 30 sekúndur. Hrærið niðursoðnum tómötum og sítrónusafa saman við. Látið malla. Takið af hitanum.

b) Blandið saman sólþurrkuðum tómötum og næstu 5 hráefnum í örgjörva. Notaðu kveikja/slökkva til að vinna úr þar til grænmetið er fínt saxað. Flyttu yfir í meðalstóra skál. Hrærið tómatblöndunni saman við. Kryddið með salti og pipar.

53.   Grænn og hvítur crudites

Hráefni:

54.   ½ bolli Venjuleg jógúrt
55.   ½ bolli Sýrður rjómi
56.   ½ bolli Majónesi
57.   1½ teskeið Hvítvínsedik; eða eftir smekk
58.   1½ teskeið Grófkornað sinnep
59.   1 stór Hvítlauksgeiri; hakkað og maukað
60.   1 teskeið Anísfræ; mulið
61.2 teskeiðar Pernod; eða eftir smekk
62.   1½ matskeið Hakkað estragon lauf
63.   12 bollar Fjölbreytt hráefni

Leiðbeiningar:

a) Þeytið saman í skál allt hráefni nema kryddjurtir með salti og pipar eftir smekk. Kældu ídýfu, þakið, að minnsta kosti 4 klukkustundir og allt að 4 daga. Rétt áður en borið er fram er estragon og chervel hrært saman við.

b) Raðið crudités skrautlega á borðplötu eða í stóra körfu og berið fram með ídýfu.

54.   Kálrabi crudites

Hráefni:

- ½ bolli Soja sósa; ljós
- ½ bolli Hrísgrjónaedik
- 1 teskeið Sesamfræ; ristað
- 1 matskeið Skáli; hakkað
- 4 bollar Kálrabí sneiðar; skera í bita

Leiðbeiningar:

a) Blandið saman sojasósu, ediki, sesamfræjum og lauk.

b) Berið fram í skál umkringd kóhlrabi bitum. Gefðu upp val til að borða.

55. Remúlaði með grænmetis crudites

Hráefni:

- $\frac{1}{2}$ bolli Kreóla eða brúnt sinnep
- $\frac{1}{2}$ bolli Salatolía
- $\frac{1}{4}$ bolli Catsup
- $\frac{1}{4}$ bolli Eplaedik
- $\frac{1}{4}$ teskeið Tabasco sósa
- 2 matskeiðar Fínt saxað sellerí
- 2 matskeiðar Fínt saxaður laukur
- 2 matskeiðar Fínt saxaður grænn pipar
- Kirsuberjatómatar
- Sveppasneiðar
- Gúrkusneiðar
- Sellerí sneiðar
- Gulrótarsneiðar

Leiðbeiningar:

a) Sameina sinnep, olíu, catsup, edik, Tabasco og niðurskorið grænmeti; hylja og kæla.

b) Berið ídýfu fram með heilu og niðurskornu grænmeti.

56.   <u>Beinagrind grófur</u>

Hráefni:

- 3 bollar Fitulítil jógúrt
- 1 bolli Mayo
- ½ bolli Ferskjusulta
- 1 tsk appelsínusafi
- ½ teskeið Karríduft
- ½ teskeið Pipar.

Beinagrind innihaldsefni

- 1 kúrbít skorinn í tvennt eftir endilöngu
- 1 gulur leiðsögn skorinn í tvennt
- 6 rif sellerí skorið í tvennt eftir endilöngu e
- 1 gúrka skorin í báta
- 1 gulrót skorin í stangir
- 10 gulrótarfingur
- 1 rauð paprika skorin í 2 tommu þykkar ræmur
- 1 gul paprika skorin í 2 tommu þykkar ræmur
- 2 spergilkál / 2 blómkálsblóm
- 10 snjóbaunir / 2 kirsuberjatómatar
- 2 sveppir / 1 radísa
- 4 grænar baunir / 2 gular baunir

Leiðbeiningar:

a) Hrærið saman 3 bolla fitulítil jógúrt, 1 bolli majó, ½ bolli ferskjusultu, 1 msk appelsínusafa, ½ tsk karrýduft og ½ tsk pipar í höfuðkúpustærð skál eða útskorið salathaus. Geymið í kæli.

b) Settu saman beinagrind

57. Kryddaður vetrargrýti

Hráefni:

- 1 rauðlaukur; skrældar sneiðar
- 1 græn paprika; sáð og skorið
- 1 rauð eða gul paprika; sáð og skorið
- 1 rófa; skrældar og þunnt
- 2 bollar Blómkálsblóm
- 2 bollar Spergilkál
- 1 bolli Baby gulrætur; snyrt
- ½ bolli radísur í þunnar sneiðar
- 2 matskeiðar Salt
- 1½ bolli Ólífuolía
- 1 gulur laukur; skrældar og fínt; hakkað
- ⅛ teskeið saffranþræðir
- Klípa túrmerik, malað kúmen, svartur pipar, paprika, cayenne, salt

Leiðbeiningar:

a) Setjið tilbúna grænmetið í stóra skál, stráið 2 matskeiðum af salti yfir og bætið köldu vatni út í.

b) Daginn eftir, skolaðu grænmetið af og skolaðu það. Undirbúið marineringuna með því að sjóða laukinn, kryddið og saltið í ólífuolíu í 10 mínútur.

c) Dreifið grænmetinu í 9 x 13 tommu fat. Hellið heitri marineringunni yfir þær.

d) Færið í skrautskál til að bera fram, annað hvort kalt eða við stofuhita.

58.   Þrílitað crudites fat

Hráefni:

- ¼ bolli Auk 1T rauðvínsediki
- 3 matskeiðar Dijon sinnep
- ½ bolli Auk 2 T ólífuolíu
- 2 matskeiðar Hakkað fersk basilíka EÐA
- 2 teskeiðar Þurrkuð basil
- 2 matskeiðar Hakkaður ferskur graslaukur eða
- Grænn laukur
- 1 teskeið Hakkað ferskt rósmarín
- 2 stórar gúrkur, skrældar,
- 2 teskeiðar Salt
- 2 stórar hráar rófur, afhýddar, rifnar
- 2 stórar gulrætur, skrældar, rifnar
- 2 Stór kúrbít, rifinn
- 1 Búnt radísur, snyrt

Leiðbeiningar:

a) Þeytið edik og Dijon sinnep til að blanda saman í lítilli skál. Þeytið ólífuolíu smám saman út í. Blandið basil, graslauk og rósmarín út í. Kryddið með salti og pipar.

b) Kasta gúrkum og 2 tsk salti í skál. Látið standa í 1 klst. Skolið og skolið vel af. Settu gúrkur í litla skál; bætið nóg af dressingu við feldinn.

c) Setjið rófur, gulrætur og kúrbít í aðskildar skálar. Kasta hverju grænmeti með nóg dressingu til að húða.

59.   Settu grænmeti á fat

Hráefni:

- 1 bolli Niðursoðinn maís, tæmd
- 1 lítið Grænn laukur, saxaður
- 1 græn paprika, saxuð
- 1 hvítlauksgeiri, saxaður
- 1 ferskur tómatur, saxaður
- $\frac{1}{4}$ bolli Fersk steinselja, saxuð
- $\frac{1}{4}$ bolli Extra virgin ólífuolía
- 2 matskeiðar Balsamic edik
- Salt , pipar
- 1 Skál, saxaður

Leiðbeiningar:

A) BLANDIÐ MAÍS MEÐ LAUK, GRÆNUM PIPAR, HVÍTLAUK OG TÓMÖTUM. BLANDIÐ SAMAN ÓLÍFUOLÍU OG EDIKI Í SÉRSTAKRI LÍTILLI SKÁL EÐA BOLLA.

B) HELLIÐ GRÆNMETI YFIR, BLANDIÐ MEÐ STEINSELJU; KRYDDIÐ MEÐ SALTI OG PIPAR. SKREYTIÐ HVERN SKAMMT MEÐ LAUK.

60. <u>Geitaostur Guacamole</u>

Fyrir: 4-6

Hráefni

- 2 avókadó
- 3 aura geitaostur
- börkur af 2 lime
- sítrónusafi úr 2 lime
- $\frac{3}{4}$ teskeið hvítlauksduft
- $\frac{3}{4}$ tsk laukduft
- $\frac{1}{2}$ tsk salt
- $\frac{1}{4}$ tsk rauðar piparflögur (valfrjálst)
- $\frac{1}{4}$ tsk pipar

Leiðbeiningar:

a) Bætið avókadóinu í matvinnsluvél og blandið þar til slétt. Bætið restinni af hráefnunum saman við og blandið þar til það er blandað saman.

b) Berið fram með flögum.

61. Bæversk veisludýfa/álegg

Afrakstur: 1 1/4 pund

Hráefni:
- ½ bolli Laukur, saxaður
- 1 pund Braunschweiger
- 3 aura rjómaostur
- ¼ tsk Svartur pipar

Leiðbeiningar:
a) Steikið laukinn í 8-10 mínútur, hrærið oft í; fjarlægðu af hitanum og tæmdu. Takið hlífina af Braunschweiger og blandið kjötinu saman við rjómaostinn þar til það er slétt. Blandið lauk og pipar saman við.
b) Berið fram sem lifrarbreiða á kex, þunnar sneiðar veislurúgur eða berið fram sem ídýfu ásamt úrvali af fersku hráu grænmeti eins og gulrótum, sellerí, spergilkál, radísum, blómkáli eða kirsuberjatómötum.

62. Bökuð ætiþistlaveisluídýfa

Hráefni:

- 1 Brauð stórt dökkt rúgbrauð
- 2 matskeiðar Smjör
- 1 búnt grænn laukur; hakkað
- 6 Geirar af ferskum hvítlauk; fínt hakkað, allt að 8
- 8 aura rjómaostur; við stofuhita.
- 16 aura Sýrður rjómi
- 12 aura Rifinn cheddar ostur
- 1 dós (14 oz.) þistilhjörtu; tæmd og skorin í fernt (vatn pakkað ekki marinerað)

Leiðbeiningar:

a) Skerið gat ofan á brauðið um það bil 5 tommur í þvermál. Fjarlægðu mjúkt brauð úr skornum hluta og fargið. Geymdu skorpu til að gera topp fyrir brauð.

b) Skerið mest af mjúka hlutanum af brauðinu að innan og geymið í öðrum tilgangi, svo sem fyllingu eða þurrkuðum brauðmylsnu. Í smjörinu,

c) Steikið græna laukinn og hvítlaukinn þar til laukurinn visnar. Skerið rjómaostinn í litla bita, bætið lauknum, hvítlauknum, sýrðum rjóma og cheddarostinum út í. Blandið vel saman. Brjótið þistilhjörtu út í , allt af þessari blöndu út í holótt brauð. Setjið toppinn á brauðið og pakkið inn í sterka álpappír . Bakið í 350 gráðu heitum ofni í 1½ klst.

d) Þegar það er tilbúið skaltu fjarlægja álpappír og bera fram með því að nota kokteilrúgbrauð til að dýfa sósunni út.

63. <u>Aspas og feta snittur</u>

Hráefni

- 20 sneiðar Þunnt hvítt brauð
- 4 aura gráðostur
- 8 aura rjómaostur
- 1 Egg
- 20 Spears niðursoðinn aspas tæmd
- ½ bolli bráðið smjör

Leiðbeiningar:

a) Skerið skorpuna af brauði og fletjið út með kökukefli. Blandið ostum og eggi saman í hæfilega samkvæmni og dreifið jafnt á hverja brauðsneið. Setjið aspasspjót á hverja sneið og rúllið upp. Dýfðu í bræddu smjöri til að hjúpa það vel. Setjið á kökuplötu og frystið.

b) Þegar það er fast frosið, skerið í hæfilega stóra bita. (Ef frystir fyrir framtíðardagsetningu, setjið bitastóra bita í frystipoka - ekki afþíða til að elda) Setjið á kökuplötu og bakið við 400 F í 20 mín.

64.   Steikt sjávarrétta snittur

Hráefni

- 1 bolli Soðið sjávarfang, flögað
- 6 sneiðar hvítt brauð
- $\frac{1}{4}$ bolli Smjör
- $\frac{1}{4}$ bolli Cheddar eða 1/3 bolli tómatsósa eða chilisósa
- Ameríkur ostur, rifinn

Leiðbeiningar:

a) Ristað brauð á annarri hliðinni; skera skorpuna af og skera brauð í tvennt.

b) Smjör un ristaðar hliðar; hylja með lagi af sjávarfangi, síðan tómatsósu og toppa með osti. Setjið snittur á bökunarplötu undir kálinu.

c) Steikið þar til osturinn er bráðinn og snitturnar eru hitnar í gegn.

d) Gerir 12 snittur .

65. Kavíar snittur og hors d'oeuvres

Hráefni
- brauð skorið í form eða Melbas
- eggjasalatsálegg
- dreifing af kavíar, söxuðum lauk og sítrónu
- safi
- ein lítil rækja í skraut.
- einn hringur af sneiðum, hráum, mildum lauk

Leiðbeiningar:

a) dýfðu gúrkusneiðinni í franska dressingu og settu inni í laukhring

b) hylja agúrku með litlum haug af kavíar kryddað með sítrónu- og lauksafi

c) Skreytið með kapers, graslauk eða hrísgrjónuðum harðsoðnum eggjum.

66. <u>Fromage-chevre snittur</u>

Hráefni

- 10 litlar rauðar kartöflur, (3/4 pund)
- Matreiðslusprey fyrir grænmeti
- $\frac{1}{4}$ tsk Salt
- $\frac{1}{4}$ bolli undanrennu
- 6 aura Chevre, (mildur geitaostur)
- 20 belgísk endívíblöð, (3 meðalstór höfuð)
- 10 frælaus rauð vínber, helminguð
- 1 matskeið kavíar

Leiðbeiningar:

a) Gufa kartöflur, þakið, 13 mínútur eða þar til þær eru mjúkar; látið kólna.

b) Húðaðu kartöflur létt með matreiðsluúða og skerðu í tvennt. Skerið og fleygið þunnri sneið af botni hvers kartöfluhelmings svo þær standist.

c) Stráið kartöfluhelmingunum salti yfir.

d) Blandið mjólk og osti saman í skál; hrærið vel.

e) Setjið blönduna með skeið í sætabrauðspoka með stórum stjörnuodda; pípið blönduna á kartöfluhelmingana og í andívíublöðin. Toppið hvert endífblað með einum vínberjahelmingi. Lokið og kælið, ef vill.

67. Matargóðar sveppa snittur

Hráefni

- $\frac{1}{4}$ bolli saxaðir sveppir
- $\frac{1}{4}$ bolli rifinn Monterey Jack ostur
- $\frac{1}{4}$ bolli majónes
- 3 sneiðar rúgbrauð
- $1\frac{1}{2}$ tsk rifinn parmesanostur

Leiðbeiningar:

a) Ristið rúgbrauðið og skerið í tvennt.

b) Hyljið hvern helming með sveppa-ostablöndu og stráið parmesan yfir og bakið við 350 F. í 15-20 mínútur eða þar til osturinn er freyðandi.

68.   Rumaki snittur

Hráefni

- ½ bolli Vatn
- 1 teskeið Kjúklingabaunir
- 250 grömm Kjúklingalifur
- 1 matskeið Shoyu
- ½ teskeið Laukurduft, þurrt sinnep
- ¼ teskeið Múskat
- ¼ bolli Þurrt sherry
- 1 strik Piparsósa
- 220 grömm Vatnskastaníur
- 6 beikon

Leiðbeiningar:

a) Blandið saman vatni, káli og lifur í 1 lítra pottrétti. Eldið á hátt í 4-5 mínútur þar til það er ekki lengur bleikt. Tæmdu.

b) Eldið beikon á pappírshandklæði á háum hita í 5-6 mínútur þar til það er stökkt. Myljið og setjið til hliðar.

c) Settu lifur, shoyu, lauk og sinnep, múskat og sherry í matvinnsluvél. Blandið þar til slétt. Bætið piparsósu sparlega út í. Hrærið vatnskastaníuhnetum og beikoni saman við.

d) Smyrjið þykkt á þríhyrninga eða kex. Undirbúið fyrirfram og hitið aftur með því að raða á pappírsklædda plötu. Notaðu með-high power 1-2 mínútur þar til það er hitað í gegn.

e) Skreytið með ólífusneið eða pimento.

69.   Laxamús snittur

Hráefni

- 7½ aura niðursoðinn rauður lax, tæmd
- 2 aura Reyktur lax, skorinn í 1 tommu bita
- ¼ tsk Rifinn sítrónubörkur
- 3 matskeiðar fitulaust majónes
- 1 msk ferskur sítrónusafi
- ¼ bolli Hakkað rauð paprika
- 2 matskeiðar Hakkaður grænn laukur
- 1 msk Hakkað fersk steinselja
- 1 dash Nýmalaður pipar
- 8 sneiðar pumpernickel brauð í veislustíl
- 8 sneiðar rúgbrauð í veislugerð
- 4 rúghrökkbrauð, brotin í tvennt
- ½ bolli Alfalfa spíra

Leiðbeiningar:

a) Fleygðu roði og beinum af niðursoðnum laxi; flögu lax með gaffli.

b) Settu hnífsblaðið í matvinnsluvélarskálina; bætið við laxi, reyktum laxi og næstu 3 hráefnum. Vinnið þar til slétt.

c) Hellið í skál; hrærið papriku og næstu 3 hráefni saman við. Lokið og kælið. Afrakstur: 2 tugir forrétta (skammtastærð: 1 forréttur).

70.   Spírafyllt snittur

Hráefni

- 1 pakki snittur af æskilegri lögun
- 1 bolli baunaspírur
- ½ bolli Fínt saxaður laukur
- ½ bolli Fínt saxaður tómatur
- ¼ bolli fínt saxað kóríander
- ¼ bolli smátt skorin soðin kartöflu
- ½ sítrónu
- Salt eftir smekk
- Nýmalað kúmenfræduft
- 4 grænir chili smátt saxaðir; (4 til 5)
- 1 bolli Fínn bikaneri sev; (valfrjálst)
- ½ bolli Tamarind chutney
- ½ bolli grænt chutney
- Olía til að djúpsteikja eða ofn til að baka

Leiðbeiningar:

a) Djúpsteikið þær þar til þær eru ljósbrúnar. Tæmið á eldhúshandklæði. Gerðu allar snitturnar og hafðu þær til hliðar.

b) Blandið lauknum, tómötunum, kartöflunum, helmingnum af kóríander, sítrónu, salti og grænu chilli saman við. Kældu það í nokkurn tíma.

c) Áður en fylliblönduna er borin fram í snittin , setjið ögn af báðum chutneyunum ofan á. Stráið klípu af salti og kúmendufti (jeera). Skreytið með sev og afganginum af kóríander.

71.   Túnfiskur og gúrkubitar

- 2 (5 aura) túnfiskdósir pakkaðar í vatni, tæmdar
- 2 stór harðsoðin egg, afhýdd og saxuð
- 1/2 bolli majónesi _
- 1/2 tsk salt _
- 1/2 tsk svartur pipar
- 2 tsk geitaostur
- 1 meðalstór agúrka, skorin í hringi

Leiðbeiningar:
a) Setjið túnfisk í meðalstóra skál með söxuðum eggjum, majónesi, salti og pipar. Maukið með gaffli þar til það hefur blandast saman.
b) Dreifið jöfnu magni af geitaosti á hverja gúrkusneið og toppið með túnfisksalatiblöndu.

72.   Rauðrófusalat

Hráefni

- 2 punda rauðrófur
- Salt
- ½ hver Spænskur laukur, skorinn í teninga
- 4 tómatar, roðhreinsaðir, fræhreinsaðir og skornir í teninga
- 2 matskeiðar edik
- 8 matskeiðar Ólífuolía
- Svartar ólífur
- 2 hver Hvítlauksgeirar, saxaðir
- 4 matskeiðar Ítölsk steinselja, söxuð
- 4 matskeiðar Cilantro, saxað
- 4 miðlar Kartöflur, soðnar
- Salt og pipar
- Heitur rauður pipar

Leiðbeiningar:

a) Skerið endana af rauðrófum. Þvoið vel og eldið í sjóðandi söltu vatni þar til það er mjúkt. Tæmið og fjarlægið skinnið undir rennandi köldu vatni. Teningar.

b) Blandið dressingunni saman við.

c) Blandið rauðrófum saman í salatskál með lauk, tómötum, hvítlaukskóríander og steinselju. Hellið helmingnum af dressingunni yfir, hrærið varlega og kælið í 30 mínútur. Skerið kartöflurnar í sneiðar, setjið í grunna skál og blandið saman við afganginn af dressingunni. Slappaðu af.

d) Þegar tilbúið er að setja saman skaltu raða rauðrófum, tómötum og lauk í miðjuna í grunnri skál og raða kartöflum í hring utan um þær. Skreytið með ólífum.

73.   Karríeggja salat endive bollar

Hráefni

- 1 stórt harðsoðið egg, afhýtt
- 1 tsk karrýduft
- 1 matskeið kókosolía
- 1/8 tsk sjávarsalt _
- 1/8 tsk svartur pipar
- 2 belgísk endívíblöð, þvegin og þurrkuð

Leiðbeiningar:

A) Í LÍTILLI MATVINNSLUVÉL, BLANDIÐ ÖLLUM HRÁEFNUM NEMA ENDÍVÍ SAMAN ÞAR TIL ÞAÐ HEFUR BLANDAST VEL SAMAN.

B) SKELLTU 1 MATSKEIÐ EGGJASALATSBLÖNDU Á HVERN ENDÍFBOLLA.

C) BERIÐ FRAM STRAX.

74. Nasturtium rækju forréttasalat

Hráefni

- 2 tsk ferskur sítrónusafi
- ¼ bolli Ólífuolía
- Salt og pipar
- 1 bolli soðnar rækjur; hakkað
- 2 matskeiðar Hakkaður laukur
- 1 lítill tómatur; teningur
- 1 avókadó; teningur
- Salatblöð
- 2 matskeiðar Hakkað nasturtium lauf
- Nasturtium blóm

Leiðbeiningar:

a) Peytið saman sítrónusafann og olíuna. Kryddið með salti og pipar. Bætið lauknum og rækjunum út í og blandið saman. Látið standa í 15 mínútur.

b) Bætið tómötum, avókadó og söxuðum nasturtium laufum út í. Húgað á salatblöð og umlukið ferskum heilum nasturtiumblómum.

75. Kúrbíts forréttasalat

Hráefni

- ½ bolli Ferskur sítrónusafi
- ½ bolli Salatolía
- 1 stór Hvítlauksgeiri
- Salt og pipar eftir smekk
- 2 klípur Sykur
- 8 Kúrbítur
- Salatblöð
- 2 miðlar Stærð tómata
- ½ lítil græn paprika saxuð
- 3 matskeiðar Mjög smátt saxaður rauðlaukur
- 1 matskeið Kapers
- 1 grein steinselja
- 1 teskeið Basil
- ½ teskeið Oregano

Leiðbeiningar:

a) D ressing: Blandið öllu hráefninu saman og setjið til hliðar.

b) Salat: Látið óskrælda heilan kúrbít malla í söltu vatni í um það bil 5 mínútur án loksins. Hellið heita vatninu af og skolið strax með köldu vatni til að stöðva eldunarferlið. Tæmdu. Skerið hvern kúrbít í tvennt eftir endilöngu.

c) Takið kvoða varlega út . Leggið kúrbít með skurðhliðinni upp í flatt fat sem ekki er úr málmi. Hyljið helminginn af dressingunni.

d) Hyljið vel með filmu. setjið í kæli til að marinerast í að minnsta kosti 4 klst.

76.   Piparsalat forréttur

Hráefni

77.   6 stórar sætar paprikur
78. 1 meðalstór laukur; gróft saxað
79.   Salt og pipar eftir smekk
80.   3 matskeiðar edik (meira ef vill)
81. ¼ bolli Ólífuolía
82.   Oregano

Leiðbeiningar:

a) Bakið papriku í heitum 450 F ofni í um 20 mínútur eða þar til þær eru visnaðar og mjúkar. Fjarlægðu fræ og ytri húð.

b) Skerið í bita og setjið í skál. Bætið við lauk, salti og pipar. Blandið ediki og ólífuolíu saman og bætið við paprikuna.

c) Stráið oregano yfir. Stillið kryddið ef þarf.

77.   Veislu antipasto salat

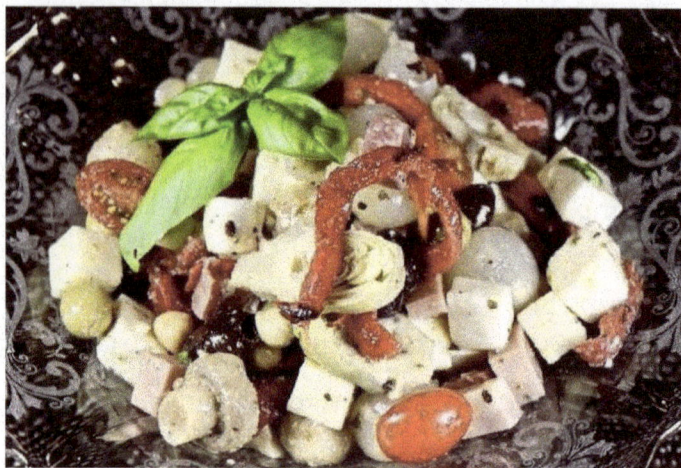

Hráefni

- 1 dós (16 oz.) þistilhjörtu; tæmd/ helmingaður
- 1 pund Frosinn rósakál
- $\frac{3}{4}$ pund Kirsuberjatómatar
- 1 krukka (5 3/4 oz.) grænar spænskar ólífur; tæmd
- 1 krukka (12 oz.) pepperoncini papriku; tæmd
- 1 pund ferskir sveppir; hreinsað
- 1 dós (16 oz.) hjörtu úr lófa; valfrjálst
- 1 pund Pepperoni eða salami; teningur
- 1 krukka (16 oz.) svartar ólífur; tæmd
- $\frac{1}{4}$ bolli Rauðvínsedik
- $\frac{3}{4}$ bolli Ólífuolía
- $\frac{1}{2}$ teskeið Sykur
- 1 teskeið Dijon sinnep
- Salt; að smakka
- Nýmalaður pipar; að smakka

Leiðbeiningar:

a) Blandið öllu hráefninu saman áður en vínaigrettunni er bætt út í.

b) Kælið í 24 klst.

78.   Bleikt veislusalat

Hráefni

- 1 dós (No 2) mulinn ananas
- 24 stórar Marshmallows
- 1 pakki Jarðarberjagelló
- 1 bolli Þeyttur rjómi
- 2 bollar Sm. ostur kotasæla
- ½ bolli Hnetur; hakkað

Leiðbeiningar:

a) Hitið safa úr ananas með marshmallows og hlaupi. Flott.

b) Blandið saman þeyttum rjóma, ananas, kotasælu og hnetum. Bætið fyrstu blöndunni saman við og blandið saman við.

c) Kældu yfir nótt.

79.   Cajun spam partý salat

Hráefni

- 8 aura Pasta í vagnhjólformi
- 1 dós Marineruð þistilhjörtu (6 oz)
- 1 dós SPAM hádegismatur kjöt, í teningum (12 oz)
- ⅓ bolli Ólífuolía
- ¼ bolli Creole kryddblanda
- 1 matskeið Sítrónusafi
- 1 matskeið Majónesi eða salatsósu
- 1 matskeið Hvítvínsedik
- 1 bolli Saxaður papriku
- ½ bolli Saxaður rauðlaukur
- ½ bolli Þroskaðar ólífur í sneiðar
- Fersk basilíka og þurrkað oregano
- ½ teskeið Þurrt sinnep
- ½ teskeið Þurrkuð timjanblöð
- 1 hvítlauksgeiri, saxaður

Leiðbeiningar:

a) Tæmdu þistilhjörtu, geymdu marinade; skera í fernt.

b) Í stórri skál skaltu sameina allt salat innihaldsefni. Í blandara, blandaðu frátekinni þistilhjörtu marinade með restinni af dressingunni.

c) Vinnið þar til slétt. Bætið dressingu við salatið, hrærið vel. Lokið og kælið í nokkrar klukkustundir eða yfir nótt.

80. <u>Hanastél teriyaki</u>

Hráefni

- 3½ pund Magurt nautakjöt
- 1 bolli Soja sósa
- 3 hvítlauksrif; fínt söxuð
- 2 matskeiðar Ferskt rifið engifer
- 1 teskeið Hreimur

Leiðbeiningar:

a) Skerið nautakjöt í ½ tommu teninga. Blandið saman sojasósu, engifer, hvítlauk og Accent.

b) Látið blandan blandast í 1 klst. Bætið við nautakjötið og látið marinerast yfir nótt í kæliskáp í plastpoka eða grunnu þaki plast- eða gleríláti, hrærið af og til.

c) Steikið kjötbita á litla bambusstöng, um 4-5 á hvern stöng. Gerir um 70 kokteilkabobba.

d) Raðið t t r virkan á bakka sem er þakinn álpappír og látið gesti steikja hver fyrir sig á habachi eða grilli.

81. Prosciutto franskar

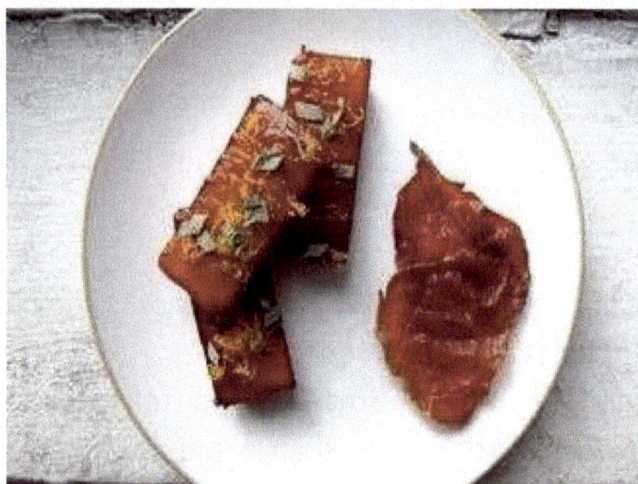

Hráefni

- 12 (1 eyri) sneiðar prosciutto

- Olía

Leiðbeiningar:

A) FORHITIÐ OFNINN Í 350°F.

B) KLÆÐIÐ BÖKUNARPLÖTU MEÐ BÖKUNARPAPPÍR OG LEGGIÐ PROSCIUTTO SNEIÐAR ÚT Í EINU LAGI. BAKIÐ Í 12 MÍNÚTUR EÐA ÞAR TIL PROSCIUTTO ER STÖKKT.

C) LÁTIÐ KÓLNA ALVEG ÁÐUR EN ÞAÐ ER BORÐAÐ.

82. Rófaflögur

Hráefni

- 10 meðal rauðrófur
- 1/2 bolli avókadóolía _
- 2 tsk sjávarsalt
- 1/2 tsk kornaður hvítlaukur

Leiðbeiningar:

A) FORHITIÐ OFNINN Í 350°F. KLÆÐIÐ NOKKRAR BÖKUNARPLÖTUR MEÐ BÖKUNARPAPPÍR OG SETJIÐ TIL HLIÐAR.

B) AFHÝÐIÐ RAUÐRÓFUR MEÐ GRÆNMETISSKERA OG SKERIÐ ENDANA AF. SKERIÐ RAUÐRÓFUR VARLEGA Í HRINGI, UM 3 MM Á ÞYKKT, MEÐ MANDÓLÍNSKERA EÐA BEITTUM HNÍF.

C) SETJIÐ SNEIÐAR RÓFUR Í STÓRA SKÁL OG BÆTIÐ VIÐ OLÍU, SALTI OG KORNUÐUM HVÍTLAUK. KASTA TIL AÐ HÚÐA HVERJA SNEIÐ. SETJIÐ TIL HLIÐAR 20 MÍNÚTUR, LEYFIÐ SALTI AÐ DRAGA ÚT UMFRAM RAKA.

D) TÆMIÐ UMFRAM VÖKVA OG RAÐIÐ SNEIÐUM RÓFUM Í EITT LAG Á TILBÚNAR BÖKUNARPLÖTUR. BAKIÐ Í 45 MÍNÚTUR EÐA ÞAR TIL ÞAÐ ER STÖKKT.

E) TAKIÐ ÚR OFNINUM OG LÁTIÐ KÓLNA. GEYMIÐ Í LOFTÞÉTTU ÍLÁTI ÞAR TIL ÞAÐ ER TILBÚIÐ TIL AÐ BORÐA, ALLT AÐ 1 VIKU.

83.   Byggflögur

Hráefni

- 1 bolli alhliða hveiti
- $\frac{1}{2}$ bolli bygghveiti
- $\frac{1}{2}$ bolli valsað bygg (bygg
- Flögur)
- 2 matskeiðar Sykur
- $\frac{1}{4}$ tsk Salt
- 8 matskeiðar (1 stafur) smjör eða
- Smjörlíki, mýkt
- $\frac{1}{2}$ bolli Mjólk

Leiðbeiningar:

a) Hrærið saman hveiti, byggi, sykri og salti í stórri skál eða í matvinnsluvél.

b) Skerið smjörið út í þar til blandan líkist grófu mjöli. Bætið nógu miklu af mjólkinni saman við til að mynda deig sem heldur saman í samloðandi kúlu.

c) Skiptið deiginu í 2 jafna hluta til að rúlla. Á hveitistráðu yfirborði eða sætabrauðsdúk skaltu rúlla út í $\frac{1}{8}$ til $\frac{1}{4}$ tommu. Skerið í 2 tommu hringi eða ferninga og setjið á létt smurða eða bökunarpappírsklædda ofnplötu. Stungið hverja kex á 2 eða 3 staði með tönnum úr gaffli.

d) Bakið í 20 til 25 mínútur, eða þar til meðalbrúnt. Kælið á vírgrind.

84. Cheddar mexi-melt hrökk

Hráefni

- 1 bolli rifinn skarpur Cheddar ostur
- 1/8 tsk kornaður _{hvítlaukur}
- 1/8 tsk _{chili} duft
- 1/8 tsk malað _{kúmen}
- 1/16 tsk _{cayenne} pipar
- 1 matskeið smátt saxað kóríander
- 1 tsk ólífuolía

Leiðbeiningar:

A) FORHITIÐ OFNINN Í 350°F. ÚTBÚIÐ KÖKUPAPPÍR MEÐ SMJÖRPAPPÍR EÐA SILPAT MOTTU.

B) BLANDIÐ ÖLLU HRÁEFNINU SAMAN Í MIÐLUNGS SKÁL ÞAR TIL ÞAÐ HEFUR BLANDAST VEL SAMAN.

C) SLEPPTU MATSKEIÐARSTÓRUM SKÖMMTUM Á TILBÚIÐ KÖKUFORM.

D) ELDIÐ 5-7 MÍNÚTUR ÞAR TIL BRÚNIRNAR BYRJA AÐ BRÚNAST.

E) LÁTIÐ KÓLNA Í 2-3 MÍNÚTUR ÁÐUR EN ÞAÐ ER TEKIÐ AF KÖKUPLÖTUNNI MEÐ SPAÐA.

85. Pepperoni franskar

Hráefni

- 24 sneiðar sykurlaus pepperoni

- Olía

Leiðbeiningar:

A) FORHITIÐ OFNINN Í 425°F.

B) KLÆÐIÐ BÖKUNARPLÖTU MEÐ BÖKUNARPAPPÍR OG LEGGIÐ PEPPERONI SNEIÐAR Í EINU LAGI.

C) BAKIÐ Í 10 MÍNÚTUR OG TAKIÐ SÍÐAN ÚR OFNINUM OG NOTAÐU PAPPÍRSHANDKLÆÐI TIL AÐ ÞURRKA BURT UMFRAM FITU. SETTU AFTUR Í OFNINN Í 5 MÍNÚTUR Í VIÐBÓT EÐA ÞAR TIL PEPPERONI ER STÖKKT.

86.   Engilsnökkur

Hráefni

- $\frac{1}{2}$ bolli Sykur
- $\frac{1}{2}$ bolli púðursykur
- 1 bolli Stytting
- 1 egg
- 1 teskeið Vanilla
- 1 teskeið Rjómi af vínsteini
- 2 bollar Hveiti
- $\frac{1}{2}$ teskeið Salt
- 1 teskeið Matarsódi

Leiðbeiningar:

a) Rjómasykur, púðursykur og stytting. Bætið vanillu og eggi út í. Blandið þar til það er loftkennt. Bætið þurrefnunum við; blanda.

b) Rúllið teskeiðar í kúlur. Dýfið í vatn og síðan í kornsykur. Leggið á kökupappír með sykurhliðinni upp og fletjið síðan út með glasi.

c) Bakið við 350 gráður í 10 mínútur.

87.   <u>Kjúklingaskinn hrökk satay</u>

Hráefni

- Húð af 3 stórum kjúklingalærum
- 2 matskeiðar, án sykurs, þykkt hnetusmjör
- 1 msk ósykrað kókosrjómi
- 1 tsk kókosolía
- 1 tsk fræhreinsaður og saxaður jalapeño pipar
- 1/4 hvítlauksgeiri , saxaður
- 1 tsk kókos amínó

Leiðbeiningar:

A) FORHITIÐ OFNINN Í 350°F. LEGGIÐ SKINNIÐ EINS FLATT OG HÆGT ER Á KÖKUPAPPÍRSKLÆDDA SMJÖRPAPPÍR.

B) BAKIÐ Í 12-15 MÍNÚTUR ÞAR TIL SKINNIÐ ER ORÐIÐ LJÓSBRÚNT OG STÖKKT, PASSIÐ AÐ BRENNA ÞAÐ EKKI.

C) FJARLÆGÐU SKINNIÐ AF KÖKUPLÖTUNNI OG SETTU Á PAPPÍRSHANDKLÆÐI TIL AÐ KÓLNA.

D) Í LÍTILLI MATVINNSLUVÉL SKALTU BÆTA VIÐ HNETUSMJÖRI, KÓKOSRJÓMA, KÓKOSOLÍU, JALAPEÑO, HVÍTLAUK OG KÓKOSHNETUAMÍNÓUM. BLANDIÐ ÞAR TIL ÞAÐ ER VEL BLANDAÐ, UM 30 SEKÚNDUR.

E) SKERIÐ HVERT STÖKKT KJÚKLINGAHÝÐI Í 2 BITA.

F) SETJIÐ 1 MSK HNETUSÓSU Á HVERJA KJÚKLINGAKJÖT OG BERIÐ FRAM STRAX. EF SÓSAN ER OF RENNANDI SKAL GEYMA HANA Í KÆLI 2 KLUKKUSTUNDUM FYRIR NOTKUN.

88.   <u>Kjúklingaskinn með avókadó</u>

Hráefni

- Húð af 3 stórum kjúklingalærum
- 1/4 meðalstórt avókadó, afhýtt og ₉ᵣᵧₜₜ
- 3 msk fullfeiti sýrður rjómi
- 1/2 ₘₑₐₗₛₜóᵣ jalapeño pipar, fræhreinsaður og smátt saxaður
- 1/2 ₜₛₖ sjávarsalt _

Leiðbeiningar:

A) FORHITIÐ OFNINN Í 350°F. LEGGÐU SKINN EINS FLATT OG MÖGULEGT ER Á KÖKUPAPPÍRSKLÆDDA SMJÖRPAPPÍR.

B) BAKIÐ Í 12-15 MÍNÚTUR ÞAR TIL SKINNIÐ ER ORÐIÐ LJÓSBRÚNT OG STÖKKT, PASSIÐ AÐ BRENNA ÞAÐ EKKI.

C) FJARLÆGÐU SKINNIÐ AF KÖKUPLÖTUNNI OG SETTU Á PAPPÍRSHANDKLÆÐI TIL AÐ KÓLNA.

D) BLANDAÐU SAMAN AVÓKADÓ, SÝRÐUM RJÓMA, JALAPEÑO OG SALTI Í LÍTILLI SKÁL.

E) BLANDIÐ MEÐ GAFFLI ÞAR TIL ÞAÐ HEFUR BLANDAST VEL SAMAN.

F) SKERIÐ HVERT STÖKKT KJÚKLINGAHÝÐI Í 2 BITA.

G) SETJIÐ 1 MSK AVÓKADÓBLÖNDU Á HVERJA KJÚKLINGAKJÖT OG BERIÐ FRAM STRAX.

89. Parmesan grænmetishrökk

Hráefni

- 3/4 _{bolli} rifinn kúrbít
- 1/4 bolli _{rifnar} gulrætur
- 2 bollar nýrifinn parmesanostur
- 1 matskeið ólífuolía
- 1/4 tsk _{svartur} pipar

Leiðbeiningar:

A) FORHITIÐ OFNINN Í 375°F. ÚTBÚIÐ KÖKUPAPPÍR MEÐ SMJÖRPAPPÍR EÐA SILPAT MOTTU.

B) VEFJIÐ RIFIÐ GRÆNMETI INN Í PAPPÍRSHANDKLÆÐI OG VINDIÐ ÚR UMFRAM RAKA.

C) BLANDIÐ ÖLLU HRÁEFNINU SAMAN Í MIÐLUNGS SKÁL ÞAR TIL ÞAÐ HEFUR BLANDAST VEL SAMAN.

D) SETTU MATSKEIÐSSTÓRA HAUGA Á TILBÚNA KÖKUPLÖTU.

E) BAKIÐ Í 7-10 MÍNÚTUR ÞAR TIL ÞÆR ERU LJÓSBRÚNAR.

F) LÁTIÐ KÓLNA Í 2-3 MÍNÚTUR OG TAKIÐ AF KÖKUPLÖTUNNI.

90. Graskerbaka kókoshnetukökur

Hráefni

- 2 matskeiðar kókosolía
- 1/2 tsk vanilluþykkni _
- 1/2 tsk graskersbökukrydd _
- 1 matskeið kornótt erýtrítól
- 2 bollar ósykraðar kókosflögur
- 1/8 tsk salt _

Leiðbeiningar:

A) FORHITIÐ OFNINN Í 350°F.

B) SETJIÐ KÓKOSOLÍU Í MIÐLUNGS ÖRBYLGJUÞOLNA SKÁL OG HITIÐ Í ÖRBYLGJUOFN ÞAR TIL BRÁÐIÐ, UM 20 SEKÚNDUR. BÆTIÐ VANILLUÞYKKNI, GRASKERSBÖKUKRYDDI OG KORNUÐU ERÝTRÍTÓLI VIÐ KÓKOSOLÍU OG HRÆRIÐ ÞAR TIL ÞAÐ HEFUR BLANDAST SAMAN.

C) SETJIÐ KÓKOSFLÖGUR Í MEÐALSTÓRA SKÁL, HELLIÐ KÓKOSOLÍUBLÖNDU YFIR ÞÆR OG BLANDIÐ TIL AÐ HJÚPA. DREIFIÐ ÚT Í EINU LAGI Á KÖKUPLÖTU OG STRÁIÐ SALTI YFIR.

D) BAKIÐ Í 5 MÍNÚTUR EÐA ÞAR TIL KÓKOS ER STÖKKT.

91.   Kjúklingaskinn hrökk Alfredo

Hráefni

- Húð af 3 stórum kjúklingalærum
- 2 matskeiðar ricotta ostur
- 2 matskeiðar rjómaostur
- 1 msk rifinn parmesanostur
- 1/4 hvítlauksgeiri , saxaður
- 1/4 tsk malaður hvítur pipar

Leiðbeiningar:

a) Forhitið ofninn í 350°F. Leggið skinnið eins flatt og hægt er á kökupappírsklædda smjörpappír.

b) Bakið í 12-15 mínútur þar til skinnið er orðið ljósbrúnt og stökkt, passið að brenna það ekki.

c) Fjarlægðu skinnið af kökuplötunni og settu á pappírshandklæði til að kólna.

d) Bætið ostum, hvítlauk og pipar í litla skál. Blandið með gaffli þar til það hefur blandast vel saman.

e) Skerið hvert stökkt kjúklingahýði í 2 bita.

f) Setjið 1 matskeið ostablöndu á hverja kjúklingakjöt og berið fram strax.

92. Epla- og hnetusmjörstöflur

Hráefni

- 2 meðalstór epli
- 1/3 bolli þykkt hnetusmjör
- Valfrjáls fylling: granóla, litlu hálfsætar súkkulaðiflögur

Leiðbeiningar

a) Kjarna epli. Skerið hvert epli þversum í sex sneiðar. Dreifið hnetusmjöri yfir sex sneiðar; stráið fyllingum að eigin vali yfir.

b) Toppið með eplasneiðunum sem eftir eru.

93.   <u>Steiktir grænir tómatar</u>

Hráefni

- 1/4 bolli fitulaust majónes
- 1/4 tsk rifinn lime börkur
- 2 matskeiðar lime safi
- 1 tsk hakkað ferskt timjan eða 1/4 tsk þurrkað timjan
- 1/2 tsk pipar, skipt
- 1/4 bolli alhliða hveiti
- 2 stórar eggjahvítur, létt þeyttar
- 3/4 bolli maísmjöl
- 1/4 tsk salt
- 2 meðalgrænir tómatar
- 2 miðlungs rauðir tómatar
- 2 matskeiðar canola olía
- 8 sneiðar kanadískt beikon

Leiðbeiningar

a) Blandið fyrstu 4 hráefnunum og 1/4 tsk pipar; kælið þar til borið er fram. Setjið hveiti í grunna skál; setjið eggjahvítur í sérstaka grunna skál. Í þriðju skálinni blandið saman maísmjöli, salti og pipar sem eftir er.

b) Skerið hvern tómat þversum í 4 sneiðar. Dýptu 1 sneið í hveiti til að hjúpa létt; hrista umframmagn af. Dýfið í eggjahvítur og síðan í maísmjölsblöndu. Endurtaktu með tómatsneiðunum sem eftir eru.

c) Hitið olíu á miðlungshita í stórri nonstick pönnu. Steikið tómatana í lotum þar til þeir eru gullinbrúnir, 4-5 mínútur á hlið.

d) Á sömu pönnu, brúnað létt kanadískt beikon á báðum hliðum. Staflaðu 1 sneið fyrir hvern grænan tómat, beikon og rauðan tómat. Berið fram með sósu.

94.   BLT án brauðs

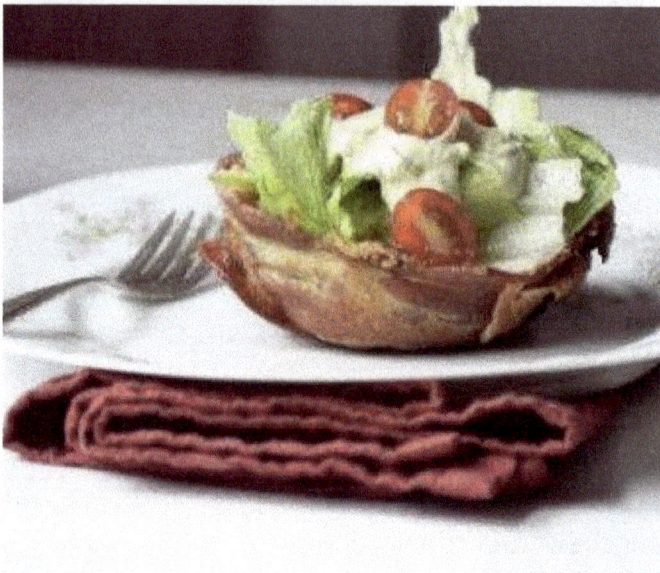

afrakstur: 1 SERVING
Hráefni
- 6 beikonsneiðar, skornar í tvennt lárétt
- salatblöð
- ferskur tómatur, skorinn í sneiðar

Leiðbeiningar
a) Setjið þrjár sneiðar hlið við hlið í lóðréttri röð á bökunarplötu sem er klædd sílikonmottu.
b) Flettu efstu tveimur ytri sneiðunum niður og leggðu síðan beikonsneið lárétt yfir þær.
c) Flettu beikoninu aftur upp, flettu síðan upp miðsneiðinni og settu aðra lárétta sneið í miðjuna. Bætið síðan síðustu láréttu sneiðinni við neðst með því að fletta upp tveimur ytri sneiðunum.
d) Endurtaktu til að mynda aðra beikonvef (þú þarft tvo á BLT).
e) Setjið hvolfið grind ofan á beikonið og eldið undir forhitaðri grilli þar til beikonið fer að verða stökkt. Fjarlægðu grindina og snúðu beikoninu við. Farið aftur í kálið ef þarf.
f) Flyttu beikonvefið yfir á eldhúspappír til að tæma umframfituna.
g) Bætið sneiðum tómötum og stökku romaine salati við eina beikonvefið, toppið síðan með seinni vefnum.

95.   Epli, skinku og ostasamlokur

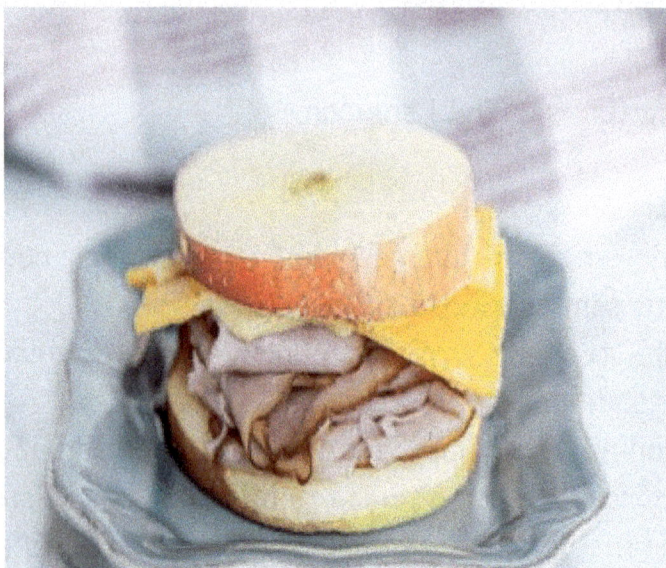

Skammtar: 2

Hráefni

- epli
- Skinkusneiðar
- Colby Jack Slices
- Brúnt sinnep, Dijon stíl eða krydd að eigin vali

Leiðbeiningar

a) Skerið epli í hringa.
b) Bætið skinkusneiðum við. Toppið með ostasneiðum.
c) Dreifið sinnepi á efsta hringinn á samlokunni og setjið ofan á (kryddhliðin niður).

96. Sætkartöflu hamborgarabollur

Hráefni

- 1 stór sæt kartöflu
- 2 tsk ólífuolía
- Salt og pipar

Leiðbeiningar

a) Afhýðið og skerið sætu kartöflurnar í sneiðar í hamborgarabollur.

b) Þú þarft 2 meðalstórar sneiðar fyrir hvern hamborgara sem þú ert að gera. Þú getur eldað allt að 16 sneiðar í einu í loftsteikingarvélinni, áður en loftsteikingarvélin þín verður yfirfull.

c) Notaðu hendurnar til að nudda ólífuolíunni yfir þær.

d) Kryddið með salti og pipar.

e) Eldið í 10 mínútur við 180c/360f í loftsteikingarvélinni.

f) Settu Miðjarðarhafsborgarana þína á milli tveggja sætra kartöfluhamborgarabrauðsneiða og berðu fram.

97.   Gúrku varamenn

ÞJÓNAR 2

Hráefni

- 2 gúrkur
- deli kjöt-kalkúnn, skinka, eða önnur deli kjöt sneiðar eða rakað
- beikon (valfrjálst)
- grænn laukur (valfrjálst)
- tómatar (valfrjálst)
- hvaða samlokufylliefni sem er (valfrjálst)
- hlæjandi kúaost eða majó eða rjómaostur eða annað krydd

Leiðbeiningar

a) Skerið gúrkuna langsum, frá odd til odds. Taktu úr gúrkunni að innan til að gera pláss fyrir samlokufyllingarnar þínar. Bætið kjöti, grænmeti og annarri samlokugerð inn í gúrkuna.

b) Setjið annan helminginn af gúrkunni á hinn helminginn. Njóttu!!

98. <u>Brauðlaus ítalsk undirsamloka</u>

Afrakstur: 4 samlokur
Hráefni
- 8 stórir Portobello sveppir, þurrkaðir af
- 2 matskeiðar extra virgin ólífuolía
- Kosher salt
- 1 matskeið rauðvínsedik
- 1 msk smátt saxaður pepperoncini með fræjum
- 1/2 tsk þurrkað oregano
- Nýmalaður svartur pipar
- 2 aura sneið próvolón (um 4 sneiðar)
- 2 únsur þunnt sneiðar lágnatríumskinka (um það bil 4 sneiðar)
- 1 únsa þunnt sneið Genoa salami (um 4 sneiðar)
- 1 lítill tómatur, skorinn í 4 sneiðar
- 1/2 bolli rifið iceberg salat
- 4 pimentófylltar ólífur

Leiðbeiningar
a) Settu ofngrind í efsta þriðjung ofnsins og forhitaðu grillið í ofninum.
b) Fjarlægðu stilkana af sveppunum og fargið. Leggðu sveppahetturnar með tálknhliðinni upp og notaðu beittan hníf til að fjarlægja tálknin alveg (svo að hetturnar liggi flatar). Raðið sveppahettunum á ofnplötu, penslið yfir allt með 1 matskeið af olíu og stráið 1/4 tsk salti yfir. Steikið þar til hetturnar eru aðeins mjúkar, flettu hálfa leið í gegnum, 4 til 5 mínútur á hlið. Látið kólna alveg.
c) Þeytið saman edik, pepperoncini, oregano, afganginn af 1 msk olíu og nokkrum mölum af svörtum pipar í lítilli skál.
d) Settu samlokurnar saman: Raðið einni sveppahettu, skera með hliðinni upp, á vinnuborð. Brjóttu saman 1

stykki af provolone til að passa ofan á hettuna og endurtaktu með 1 sneið af skinku og salami.

e) Toppið með 1 sneið af tómats og um það bil 2 matskeiðar af salati. Dreypið smá af pepperoncini vínaigrettunni yfir. Samloka með annarri sveppahettu og festa með tannstöngli þráðum með ólífu. Endurtaktu með restinni af hráefnunum til að búa til 3 samlokur í viðbót.

f) Vefjið hverri samloku hálfa leið inn í vaxpappír (þetta hjálpar til við að ná öllum safanum) og berið fram.

99. <u>Mac og Cheese Slider</u>

Skammtastærð: 12

Hráefni:

- 1 bolli makkarónupasta
- 1 matskeið smjör
- Pipar eftir smekk
- 1 ½ tsk alhliða hveiti
- ½ bolli mjólk
- ¾ bolli cheddar ostur, rifinn
- 18 únsur. Hawaiian sætar rúllur
- 16 únsur. grillið rifið svínakjöt, soðið
- 1 matskeið hunang
- ½ tsk malað sinnep
- 2 matskeiðar smjör, brætt

Leiðbeiningar

a) Forhitaðu ofninn þinn í 375 gráður F.

b) Eldið pastað eftir leiðbeiningum á pakkanum.

c) Tæmið og setjið til hliðar.

d) Bætið smjörinu á pönnu yfir meðalhita.

e) Hrærið pipar og hveiti saman við.

f) Hrærið þar til slétt.

g) Látið suðuna koma upp, hrærið.

h) Eldið í 3 til 5 mínútur.

i) Bætið ostinum út í og eldið á meðan hrært er þar til hann bráðnar.

j) Bætið soðnu pastanu á pönnuna.

k) Raðið rúllubotnunum í bökunarform.

l) Toppið með osta- og pastablöndunni, rifnu svínakjöti og rúllutoppum.

m) Blandið hunangi, sinnepi og smjöri í litla skál.

n) Penslið toppa með þessari blöndu.

o) Bakið í ofni í 10 mínútur.

100. <u>Kalkúna rennibrautir með sætum kartöflum</u>

Gerir 10 skammta

Hráefni
- 4 eplaviðarreyktar beikonræmur, smátt saxaðar
- 1 pund malaður kalkúnn
- 1/2 bolli panko mola
- 2 stór egg
- 1/2 bolli rifinn parmesanostur
- 4 matskeiðar saxað ferskt kóríander
- 1 tsk þurrkuð basil
- 1/2 tsk malað kúmen
- 1 matskeið sojasósa
- 2 stórar sætar kartöflur
- Rifinn Colby-Monterey Jack ostur

Leiðbeiningar

a) Í stórri pönnu, eldið beikon við miðlungshita þar til það er stökkt; holræsi á pappírshandklæði. Fleygðu öllu nema 2 matskeiðum af dropum. Setjið pönnu til hliðar. Sameina beikon með næstu 8 hráefnum þar til það hefur blandast vel saman; hyljið og kælið í að minnsta kosti 30 mínútur.

b) Hitið ofninn í 425°. Skerið sætar kartöflur í 20 sneiðar um það bil 1/2 tommu þykkar. Settu sneiðar á ósmurða bökunarplötu; bakið þar til sætar kartöflur eru orðnar meyrar en ekki mjúkar, 30-35 mínútur. Fjarlægðu sneiðar; kælt á vírgrind.

c) Hitið pönnu með fráteknum dreypi yfir miðlungs háan hita. Mótaðu kalkúnablönduna í rennibrautarstærð. Eldið rennibrautirnar í lotum, 3-4 mínútur á hvorri hlið, gætið þess að troða ekki pönnunni. Bættu við klípu af rifnum cheddar eftir að hafa snúið hverjum renna í fyrsta skiptið. Eldið þar til hitamælirinn sýnir 165° og safinn rennur út.

d) Til að þjóna, setjið hvern renna á sætar kartöflusneið; dab með hunangi Dijon sinnepi. Hyljið með annarri sætkartöflusneið. Gataðu með tannstöngli.

NIÐURSTAÐA

Tailgating er frábært tækifæri til að njóta dýrindis matar og drykkja á meðan þú eyðir tíma með ástvinum fyrir íþróttaviðburð. Hvort sem þú ert að grilla upp hamborgara og pylsur eða bera fram bragðmiklar ídýfur og snakk, þá eru uppskriftir með skottið örugglega til að seðja hvaða matarlyst sem er. Kveiktu því á grillinu, gríptu vini þína og fjölskyldu og gerðu þig tilbúinn fyrir skemmtilegan dag af íþróttum og frábærum mat. Með þessum uppskriftum sem auðvelt er að búa til ertu viss um að þú eigir vinningsleikdag.

Ingram Content Group UK Ltd.
Milton Keynes UK
UKHW020611120623
423287UK00008B/50